AF756621

INSIGHT PUBLICA®

INSIGHT PUBLICA®

Nadakkavu, Kozhikode, Kerala
Tel:0495-4020666
www. insightpublica. com
e-mail: insightpublica@gmail. com
Bouma Vismayangal
(Malayalam Essays)
First Edition: July 2016
This Edition: December 2018

ISBN 978-93-87398-73-3
Printed and Published by
InsightinPublica Printers & Publishers Pvt Ltd.

ഭൗമവിസ്മയങ്ങൾ

ഇൻസൈറ്റ് റിസർച്ച് ടീം

INSIGHT PUBLICA®

അത്ഭുതമൊളിച്ചിരിക്കുന്ന അഗ്നിപർവ്വതങ്ങൾ... അപകടത്തിന്റെയും

തിളച്ചുരുകിയ മാഗ്മ ദ്രവരൂപത്തിലോ, ബാഷ്പമായോ, രണ്ടും ചേർന്നോ വൻതോതിൽ ഗ്രഹോപരിതലത്തിലേക്ക് ബഹിർഗമിക്കുന്ന ഭൂരൂപങ്ങളാണ് അഗ്നിപർവ്വതങ്ങൾ . ഉയർന്ന കുന്നുകളുടെയോ പർവ്വതങ്ങളുടെയോ രൂപത്തിലായിരിക്കും ഇവ കാണപ്പെടുക.

ഫലകചലനം ഉള്ള പ്രദേശങ്ങളിൽ അഗ്നിപർവ്വതങ്ങളും അഗ്നിപർവ്വതവക്ത്രങ്ങളിൽ (അഗ്നിപർവതോദ്ഗാരത്തിന്റെ മുഖം) നിന്നുള്ള ബഹിർഗമനവും ഉണ്ടാകാനുള്ള സാദ്ധ്യത കൂടുതലാണ്. ആഗ്നേയ പ്രക്രിയയിൽ ഒരിനമാണ് അഗ്നിപർവ്വതോദ്ഗാരം, മറ്റേ ഇനം അന്തർവേധനവും (intrusion). ഭൂവല്കത്തിലെ ശിലകളുടെ അടിയിൽ വിദരങ്ങളും വിടവുകളും സൃഷ്ടിച്ചു തിളച്ചുരുകിയ ശിലാദ്രവം മുകളിലേക്കിരച്ചുകയറുന്ന പ്രക്രിയയാണ് അന്തർവേധനം. ഇതിൽ അഗ്നിപർവ്വതത്തിലെപ്പോലെ മാഗ്മ പുറത്തേയ്ക്ക് വരില്ല .

അഗ്നിയും ചാരവും പാറയും മറ്റും പുറംതള്ളുന്ന പർവ്വതങ്ങളെ ആംഗലേയത്തിൽ വോൾക്കാനോ എന്നു പറയുന്നു. ഗ്രീക്ക് പുരാണത്തിലെ അഗ്നിദേവനായ വോൾകന്റെ പേരിൽ അറിയപ്പെടുന്ന ഇറ്റലിയിലെ സിസിലിക്കടുത്തുള്ള വോൾകാനിക് ദീപിൽ നിന്നുമാണ് അഗ്നിപർവ്വതങ്ങൾക്ക് വോൾക്കാനോ എന്നു പേരുവന്നത് എന്നു കരുതുന്നു

എ. ഡി. 79ൽ പൊട്ടിത്തെറിച്ച്, ഹെർക്കുലേനിയം, പൊംപേയ് തുടങ്ങിയ നഗരങ്ങളെ ഒന്നാകെ നശിപ്പിച്ചുകളഞ്ഞ വെസൂവിയൻ സ്ഫോടനത്തെ സംബന്ധിച്ച വിവരണം റോമൻചരിത്രരേഖകളിലുണ്ട്. പുകയും തീയും വമിപ്പിച്ച് എരിഞ്ഞുകൊണ്ടിരിക്കുന്ന ഒരു പർവ്വതമായിട്ടാണ് അഗ്നിപർവ്വതത്തെ പൊതുവേ ധരിച്ചിരുന്നത്. ശാസ്ത്രത്തിന്റെ വളർച്ച ഈ ധാരണയെ തച്ചുടച്ചു. തടികളും മറ്റും കത്തുന്നതുപോലെ സാധാരണ ജ്വലനത്തിന് ഇവിടെ പ്രസക്തിയില്ല. ചിലപ്പോൾ വിലമുഖങ്ങളിൽ തീജ്വാലയുണ്ടാകാം. ആന്തരികമായ ചൂടുകൊണ്ടല്ല ഇതുസംഭവിക്കുന്നത്; ബാഷ്പങ്ങൾ വായുവുമായി ഇടകലരുമ്പോഴുണ്ടാകുന്ന ഉരസൽ മൂലം തീ കത്തുന്നതാണ്. അഗ്നിപർവ്വതപ്രക്രിയ പർവതാഗ്രങ്ങളിൽനിന്നാകണമെന്നില്ല. മിക്ക അഗ്നിപർവ്വതങ്ങളും സ്ഫോടനത്തിനുശേഷം ഉയർന്നുവന്നിട്ടുള്ളവയാണ്. നേപ്പിൾസ് ഉൾക്കടലിന് അഭിമുഖമായി നില്ക്കുന്ന വെസൂവിയസ് ഇതിനുദാഹരണമാണ്. പണ്ട് ഒരു അഗ്നിപർവ്വത ദ്വീപായിരുന്ന ഇത് ഉദ്ഗാരഫലമായി കടൽ നികന്നു കരയുമായി ബന്ധിക്കപ്പെട്ടു.

അഗ്നിപർവ്വതങ്ങളുടെ ആവിർഭാവം എങ്ങിനെയാണ് സംഭവിക്കുന്നത് ?

ഭൂവല്കത്തിനടിയിലെ ഉയർന്ന ചൂടുകാരണം (3000ºC) പാറകളെല്ലാം ഉരുകും. ഉരുകിത്തിളച്ച ഈ വസ്തുവാണ് മാഗ്മ. ഭൂമിയുടെ ഉപരിതലത്തിനു 80-60 കിലോമീറ്റർ താഴെയാണ് സാധാരണയായി മാഗ്മ ഉണ്ടാവുക. പാറ ഉരുകുമ്പോൾ ഒരുപാട് വാതകവും ഉണ്ടാകും. ഈ വാതകവും മാഗ്മയും കൂടിച്ചേരും. ഇങ്ങയെുണ്ടാകുന്ന വസ്തുവിന് ചുറ്റുമുള്ള പാറകളേക്കാൾ ഭാരം കുറവായിരിക്കും. അതിനാൽ അത് മുകളിലേക്ക് ഉയർന്നുപൊങ്ങും. ഉയരുന്നതിനനുസരിച്ച് വഴിയിലുള്ള പാറകളേയും ഉരുക്കി കൂടെച്ചേർക്കും. ഭൂമിയുടെ ഉപരിതലത്തിന് ഏകദേശം 3 കിലോമീറ്റർ താഴെയെത്തുമ്പോൾ ഈ മാഗ്മക്കൂട്ടം ഒരു അറപോലെ നിറഞ്ഞുകിടക്കും. ഇതാണ് മാഗ്മ അറ. മാഗ്മ അറയ്ക്കു ചുറ്റുമുള്ള പാറകളിൽ നിന്നുള്ള മർദ്ദം കാരണം മാഗ്മപൊട്ടിത്തെറിക്കുകയോ ദുർബല പാറകളെ ഉരുക്കി വിടവുകളുണ്ടാക്കി ഭൂമിയുടെ ഉപരിതലത്തിലേക്കു കുതിക്കുകയോ ചെയ്യും. ഉപരിതലത്തിലെത്താറാവുമ്പോൾ മാഗ്മയിലെ വാതകം വേർപെടും. അവിടെ ഒരു വിടവുണ്ടാക്കി വാതകവും മാഗ്മയുമെല്ലാം വെളിയിലേക്ക് ചാടും. ഇവ വലിയ ശിലാഖണ്ഡങ്ങൾ മുതൽ ചെറുകണങ്ങളും തരികളും വരെയായി വിവിധ വലിപ്പത്തിൽ ചിതറിവീഴുന്നു; ധൂമപടലങ്ങളും ഇതിന്റെകൂടെയുണ്ടാകാം. സാന്ദ്രമായ നീരാവി ശിലാധൂളിയുമായി കലർന്നുണ്ടാകുന്ന ഇരുണ്ട വിഷമയപദാർഥങ്ങൾ ധൂമപടലമായി പ്രത്യക്ഷപ്പെടുന്നു. ചിലപ്പോൾ ഇവ മേഘപാളിപോലെ കാണപ്പെടും.

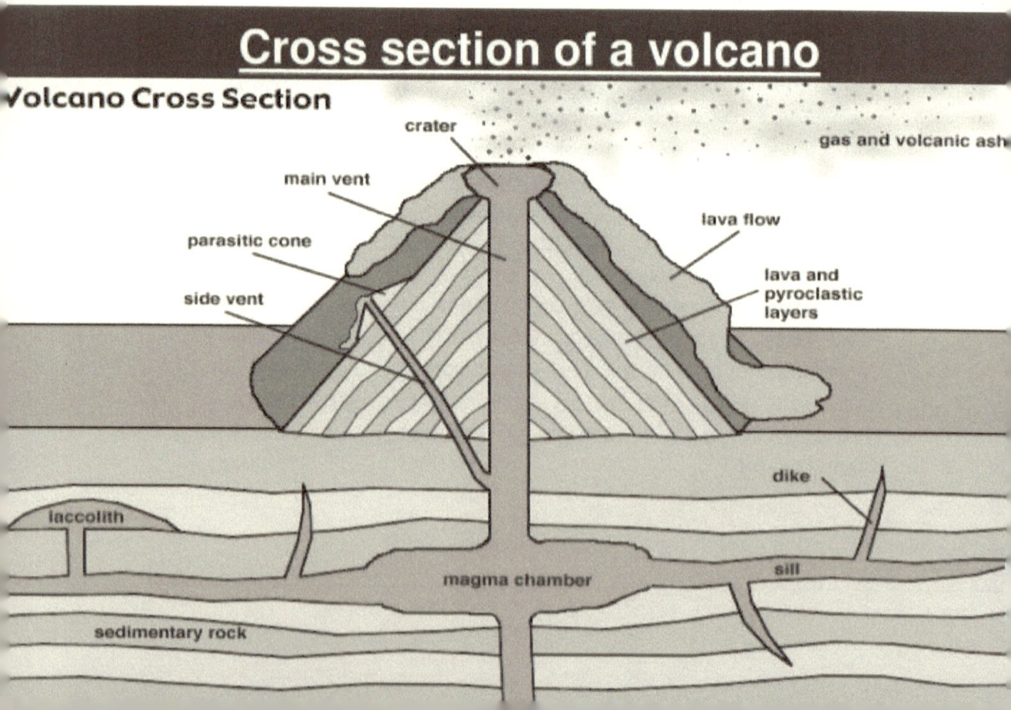

ടെക്റ്റോണിക് ഭൗമ ഫലകങ്ങൾ അഗ്നിപർവ്വതങ്ങൾ രൂപപ്പെടുത്തുന്നുണ്ടോ ?
ഫലകചലനസിദ്ധാന്തമനുസരിച്ച് ടെക്റ്റോണിക് ഭൗമ ഫലകങ്ങൾ പരസ്പരം അകലുകയോ കൂടിച്ചേരുകയോ ചെയ്യുന്നിടത്താണ് സാധാരണയായി അഗ്നിപർവ്വതങ്ങൾ കാണപ്പെടുന്നത്. മധ്യഅറ്റ്ലാന്റിക് പർവ്വതനിരയിൽ ഫലകങ്ങൾ പരസ്പരം അകലുന്നതു കാരണമായുള്ള അഗ്നിപർവ്വതങ്ങൾ കാണപ്പെടുന്നു. പസഫിക്ക് സമുദ്രത്തിനു ചുറ്റുമുള്ള പസഫിക്ക് അഗ്നിവലയം എന്നറിയപ്പെടുന്ന മേഖലയിൽ ഫലകങ്ങൾ പരസ്പരം കൂട്ടിയിടിക്കുന്നത് മൂലമുണ്ടാകുന്ന അഗ്നിപർവ്വതങ്ങൾ കാണപ്പെടുന്നു. ഫലകങ്ങൾ അരികുകൾ വഴി നിരങ്ങിനീങ്ങുന്നതും കടന്നുപോകുന്നതുമായ മേഖലകളിൽ അഗ്നിപർവ്വതങ്ങൾ സൃഷ്ടിക്കപ്പെടുന്നില്ല. ഭൂമിയുടെ പുറം പാളിയിൽ കനം കുറഞ്ഞ ഭാഗങ്ങളിലും വിടവുകൾ ഉള്ളതുമായ മേഖലകളിലും അഗ്നിപർവ്വതങ്ങൾ രൂപപ്പെടാൻ സാധ്യതയുണ്ട്.

അഗ്നിപർവ്വതപൊട്ടിത്തെറികൾ ഏതെല്ലാം വിധത്തിൽ നടക്കാം. ?
സ്ഫോടനഫലമായോ അതിനുമുമ്പോ നേരിയതോതിലുള്ള ഭൂകമ്പങ്ങളും അനുഭവപ്പെടാം. പർവ്വതമുഖത്തിലൂടെ നാലുപാടും പരന്നൊഴുകുന്ന ലാവയും ചുറ്റുപാടും ചിതറിവീഴുന്ന ശിലാഖണ്ഡങ്ങളും അടിഞ്ഞുകൂടി സ്തൂപികാകാരമായ കുന്നുകൾക്കു രൂപം നല്കുന്നു, ചിലപ്പോൾ പ്രോത്ഥാനശക്തികളുടെ പിന്തുണയോടെ ഇവ വൻമലകളായി വളരാനും ഇടയുണ്ട്. ഇവയുടെ മധ്യത്തിലുള്ള പർവ്വതമുഖം നാളീരൂപത്തിൽ അത്യഗാധമായിരിക്കും. ഇതിനെയാണ്അഗ്നിപർവ്വത വക്ത്രം എന്നു പറയുന്നത്. ഒരേ അഗ്നിപർവ്വതത്തിനു തന്നെ ഒന്നിലധികം പർവ്വത മുഖങ്ങളുണ്ടായി എന്നു വരാം.

അഗ്നിപർവതപൊട്ടിത്തെറികൾ സാധാരണയായി രണ്ടുതരത്തിലാണ് കണ്ടുവരുന്നത്. ഉരുകി ഉയരുന്ന മാഗ്മ, അഗ്നിപർവ്വതവക്ത്രത്തിന്റെ വശങ്ങൾ കവിഞ്ഞുപടർന്നും ശാന്തമായും ഒഴുകുന്ന ലാവാപ്രവാഹങ്ങൾ സൃഷ്ടിക്കുന്നതാണ് ആദ്യത്തെ ഇനം. ചിലപ്പോൾ അടിയിലുള്ള വാതകങ്ങളുടെതള്ളൽനിമിത്തം മാഗ്മ അനേകം മീറ്റർ ഉയരത്തിൽ പ്രസ്രവണങ്ങളായി (fountains) കുതിക്കുന്നു. ലാവാപ്രവാഹങ്ങളിൽതന്നെ വിലീനമായ വാതകങ്ങൾകുമിളകളായി ഉയർന്നു വായുവിൽ ലയിക്കുന്നു, ഇത്തരം അഗ്നിപർവ്വതങ്ങൾ ലാവാപ്രവാഹത്തിൽപ്പെടുന്ന വസ്തുക്കൾക്കു മാത്രമേ നാശനഷ്ടങ്ങൾ വരുത്തുന്നുള്ളു.

അഗ്നിപർവ്വതനാളങ്ങളിൽ ഭയങ്കരമായ പൊട്ടിത്തെറി ഉണ്ടാകുകയും വാതകസമ്മിശ്രമായ ലാവ പതഞ്ഞുയർന്നു ബഹിർഗമിക്കുകയും ചെയ്യുന്നതാണ് രണ്ടാമത്തെ ഇനം. ഈ പത ഖരീഭവിച്ചു ചാരമായും പ്യൂമിസ്' (pumice) ആയും തെറിച്ചുവീഴുന്നു. മാഗ്മ ദ്രവരൂപത്തിൽ ഒഴുകുന്നതിനുപകരം ഖരാവസ്ഥയിലുള്ള പൈറോക്ളാസ്റ്റികങ്ങളായി ചുഴറ്റി എറിയപ്പെടുന്നു. ഇവ ചിതറിവീഴുന്നത് ധാരാളം നാശനഷ്ടങ്ങൾക്ക് ഇടയാക്കും. ഏറിയകൂറും അഗ്നിപർവ്വതസ്ഫോടനങ്ങൾ മേൽപ്പറഞ്ഞ

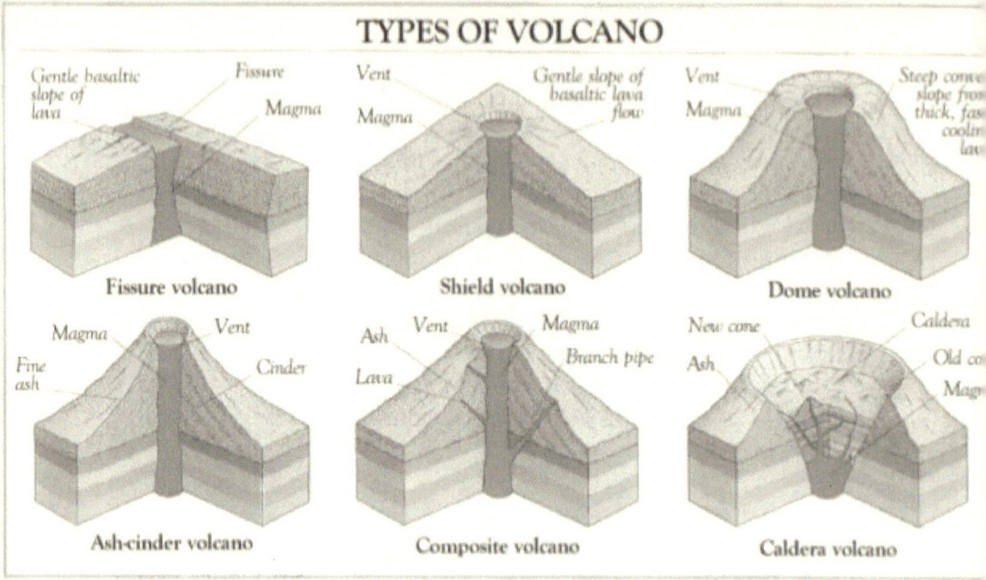

രണ്ടിനങ്ങൾക്കും ഇടയ്ക്കായിരിക്കും. ഇടത്തരം സ്ഫോടനത്തോടെ ലാവയും പൈറോക്ളാസ്റ്റികങ്ങളും വാതകങ്ങളും ബഹിർഗമിക്കുന്നു.

അഗ്നിപർവ്വതങ്ങൾ ഏതെല്ലാം തരത്തിൽ കാണാം ? അതിന്റെ ഉൽപ്പന്നങ്ങൾ എന്തെല്ലാമാണ് ?

പ്രധാനമായും മൂന്നുതരം അഗ്നിപർവതങ്ങളുണ്ട്. ഷീൽഡ് അഗ്നിപർവതങ്ങളാണ് ഒന്ന്, ലാവ പലവിള്ളലുകളിലൂടെ പുറത്ത് വന്ന് വലിയൊരു പ്രദേശത്ത് വ്യാപിക്കുമ്പോഴാണ് ഇവയുണ്ടാകുന്നത്. സിൽഡെർ കോൺസ് (Cinder cone) എന്നറിയപ്പെടുന്നവയാണ് രണ്ടാമത്തെ ഇനം. പാറക്കഷണങ്ങൾ ഒരു പ്രധാന വിടവിലൂടെ പുറത്തേക്കുവന്ന് അതിനുചുറ്റും അടിഞ്ഞുകൂടുമ്പോഴാണ് ഇവ ഉണ്ടാകുന്നത്. മൂന്നാമത്തേത് കോമ്പസിറ്റ് അഗ്നിപർവതങ്ങൾ. കൂടെക്കൂടെ പൊട്ടിത്തെറിയുണ്ടായി ലാവയും പാറക്കഷണങ്ങളും ഒക്കെ ഒരു വിടവിലൂടെ പുറത്തുവന്നുകൊണ്ടിരിക്കുമ്പോഴാണ് ഇത്തരം അഗ്നിപർവതങ്ങളുണ്ടാകുന്നത്. പുറത്തുവരുന്ന വസ്തുക്കൾ പലതട്ടുകളിലായി അടിഞ്ഞുകൂടിയിരിക്കും. പിരമിഡിന്റെ ആകൃതി ആയിരിക്കും ഇത്തരം അഗ്നിപർവതങ്ങൾക്ക്.

സ്ഫോടനോത്പന്നങ്ങൾ

അഗ്നിപർവ്വതോത്പന്നങ്ങളെ വാതകങ്ങൾ, ദ്രവമാഗ്മ, പൈറോക്ളാസ്റ്റികങ്ങൾ എന്നിങ്ങനെ വിഭജിക്കാം.

ഉദ്ഗാരങ്ങളുടെ ഭാഗമായി വാതകങ്ങളും ബാഷ്പങ്ങളും വൻതോതിൽ ബഹിർഗമിക്കുന്നു. ഉഗ്രമായസ്ഫോടനത്തോടനുബന്ധിച്ചുണ്ടാകുന്ന വാതകങ്ങൾ ധൂളീമാത്രങ്ങളായ പൈറോക്ളാസ്റ്റികങ്ങളുമായി കലർന്ന് ധൂമപടലം പോലെയോ, മേഘം പോലെയോ വ്യാപിക്കുന്നു, ഇവ മിക്കവാറും വിഷലിപ്തവുമായിരിക്കും. ഉയർന്ന ഊഷ്മാവിൽ വമിക്കുന്ന ഈ വാതകങ്ങളെ സംബന്ധിച്ച പഠനം പല പ്രശ്നങ്ങളും സൃഷ്ടിച്ചു, ഇന്നും ഇവയെക്കുറിച്ചുള്ള അറിവ് അപൂർണമാണ്. അന്തരീക്ഷവായുവുമായുള്ള സമ്പർക്കത്തിൽ ചുവപ്പും നീലയും ജ്വാലകളിൽ കത്തുന്നതാണ് ദഹനസ്വഭാവമുള്ള വാതകങ്ങളുടെ സാന്നിധ്യം തെളിയിച്ചത്. വാതകങ്ങളുടെ കൂട്ടത്തിൽ ഏതാണ്ട് 70ശതമാനവും നീരാവിയാണ്. ഇതിൽ മാഗ്മീയജലത്തിന്റെയും ഭൂഗർഭജലത്തിന്റെയും (Ground water) അളവുകൾ തിട്ടപ്പെടുത്താനാവില്ല. ഹൈഡ്രജൻ ക്ളോറൈഡ്, ഹൈഡ്രജൻ സൾഫൈഡ്, ഹൈഡ്രജൻ, കാർബൺഡൈഓക്സൈഡ്, കാർബൺമോണോക്സൈഡ്, സൾഫർട്രൈഓക്സൈഡ്, സൾഫർഡൈഓക്സൈഡ്, ഹൈഡ്രജൻ ഫ്ളൂറൈഡ് തുടങ്ങിയവയാണ് മറ്റു മുഖ്യവാതകങ്ങൾ. മീഥെയിൻ, അമോണിയ, ഹൈഡ്രജൻതയോസയനൈറ്റ്, നൈട്രജൻ, ആർഗൺ തുടങ്ങിയവയും സൾഫർ ബാഷ്പവും നേരിയ തോതിൽ കണ്ടുവരുന്നു. ആൽക്കലിലോഹങ്ങൾ, അയൺ എന്നിവയുടെ ക്ളോ

റെഡുകളും ചിലപ്പോൾ കാണാറുണ്ട്. അഗ്നിപർവ്വതത്തിൽനിന്നും ഉദ്ഗമിക്കുന്ന മൂലവാതകങ്ങൾ അന്തരീക്ഷ ഓക്സിജനുമായി പ്രതിപ്രവർത്തിച്ചാണ്കാർബൺ, സൾഫർ തുടങ്ങിയവയുടെ ഓക്സൈഡുകളും നീരാവിയുടെ ഒരംശവും ഉത്പാദിതമാകുന്നതെന്നും അഭിപ്രായമുണ്ട്. എല്ലാ അഗ്നിപർവ്വതങ്ങളിൽനിന്നും ഒരേ വാതകങ്ങൾതന്നെ ബഹിർഗമിക്കണമെന്നില്ല.

ഖരാങ്കത്തിൽനിന്നും അധികം ഉയർന്നതല്ലാത്ത ഊഷ്മാവിൽ ബഹിർഗമിക്കുന്ന ദ്രവമാഗ്മയാണ് ലാവ. രാസസംയോഗം, വിലീനവാതകങ്ങളുടെ അളവ് എന്നിവയെ ആശ്രയിച്ച് ഇതിന്റെ താപനില 900° ഇനും 1, 200°Cനും ഇടയ്ക്കായിരിക്കും. 600°Cനും 900°C-നും ഇടയ്ക്കാണ് ലാവ ഖരീഭവിക്കുന്നത്. ഭൂവല്ക്കത്തെ ഭേദിച്ചുകൊണ്ടു ബഹിർഗമിക്കുമ്പോൾതന്നെ, മാഗ്മയിലെ ചില ഘടകങ്ങൾ താപമർദ ഭേദങ്ങളുടെ ഫലമായി ബാഷ്പീകരിക്കുന്നു. വാതകങ്ങൾ സ്വതന്ത്രമാകുന്നത് മാഗ്മയുടെ ശ്യാനതയെ (viscostiy) ബാധിക്കുന്നു. ലാവാപ്രവാഹത്തിന്റെ രൂപഭാവങ്ങൾ നിർണയിക്കുന്നത് പ്രധാനമായും അതിന്റെ ശ്യാനതയാണ്. തണുക്കുന്നതിന്റെ തോതും പ്രതലത്തിന്റെ ചരിവുമാണ് ഇതിനെ സ്വാധീനിക്കുന്ന മറ്റു ഘടകങ്ങൾ. ലാവാപാളികളിലെ ഊഷ്മാവ് അടിയിൽനിന്നും മുകളിലേക്കു കുറഞ്ഞുവരുന്നതുനിമിത്തം ഉപരിതലത്തിലെ ലാവ താരതമ്യേന ശ്യാനവും താഴത്തേത് കൂടുതൽ ഗതിശീലവുമാകാം. ലാവയുടെ ഉപരിതലം വികൃതപ്പെടുവാൻ ഇതു കാരണമാകുന്നു; പെട്ടെന്നു തണുത്തു മിനുസമേറിയ പ്രതലം ഉണ്ടാകാനും മതി. ഇത് അഗ്നിപർവ്വതസ്ഫടികത്തിന്റെ (volcanic glass) ഉത്പാദനത്തിനു ഹേതുവായിത്തീരുന്നു. ലാവയുടെ ചേരുവ ഒന്നുപോലാണെങ്കിലും ഘടകങ്ങളുടെ സംയോഗാനുപാതം വ്യത്യസ്തമാകാം. സിലിക്കയുടെ അംശം 25 ശതമാനം മുതൽ 75 ശതമാനം വരെ വ്യതിചലിച്ചുകാണുന്നു. സിലിക്ക അധികമാകുന്നത്

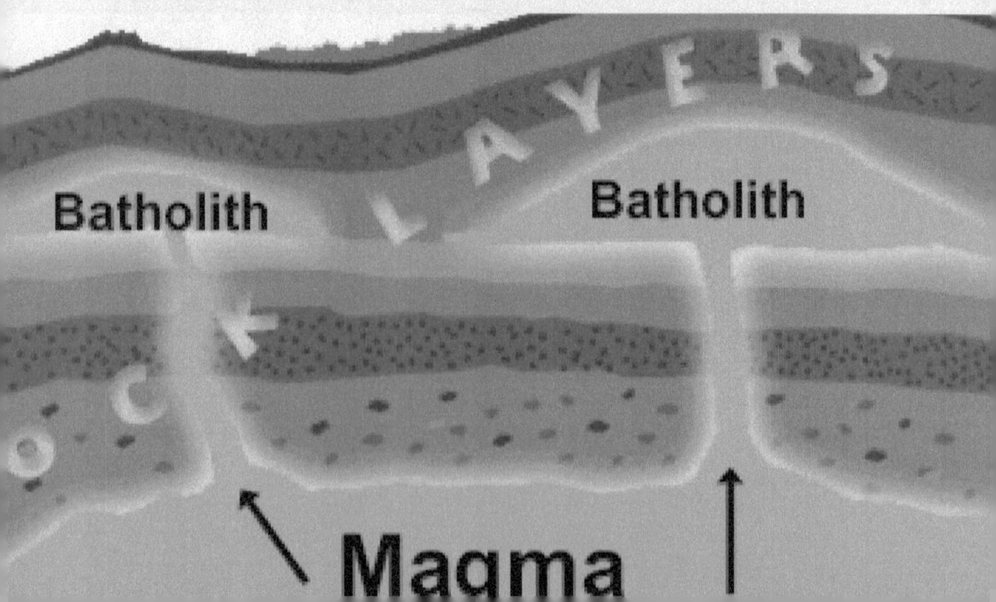

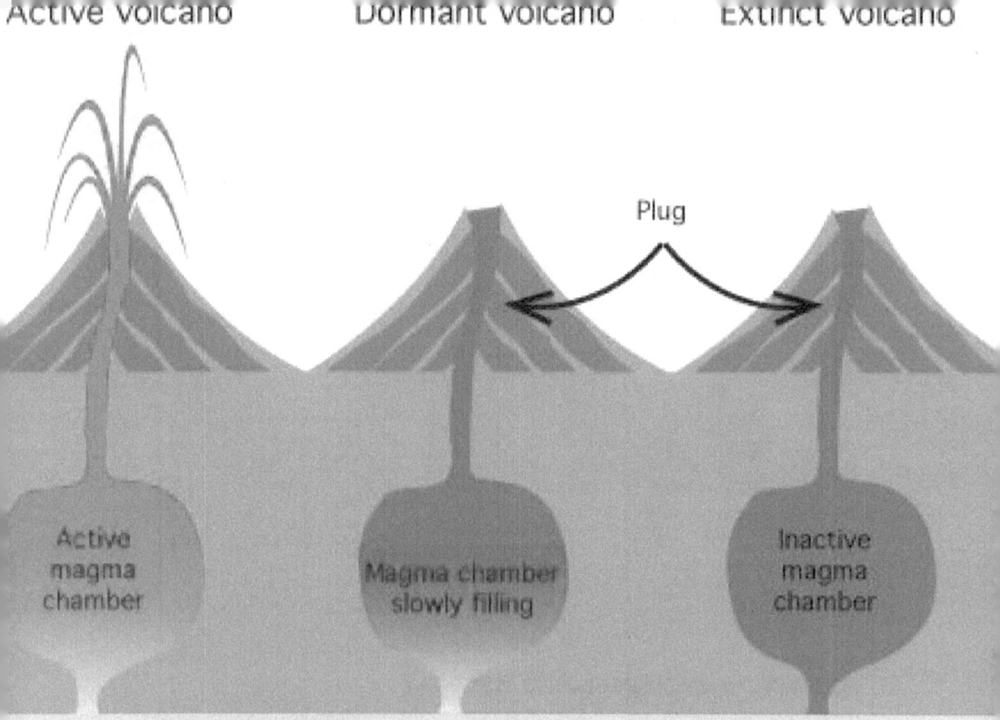

ലാവയ്ക്കു കൂടുതൽ മുറുക്കം നല്കുന്നു. ഉയർന്ന ഊഷ്മാവിൽ പോലും ഇവയുടെ ശ്യാനത കൂടിയിരിക്കും. ഇവ എളുപ്പം ഒലിച്ചു പോകുന്നില്ല. ചിലപ്പോൾ ഇത്തരം ലാവ അഗ്നിപർവ്വതനാളിയിൽതന്നെ കട്ടിപിടിച്ചു പ്രവാഹത്തിനു പ്രതിബന്ധമായിത്തീരുന്നു. ഇതിന്നടിയിലായി തിങ്ങിക്കൂടുന്ന വാതകങ്ങൾ ഊക്കോടെ പുറത്തേക്കുവരുമ്പോഴാണ് അത്യുഗ്രമായ സ്ഫോടനമുണ്ടാകുന്നത്. അഗ്നിപർവ്വതവക്ത്രത്തിന്റെ ശിലാഭിത്തികൾപോലും ഈ പൊട്ടിത്തെറിയിൽ പങ്കുചേരുന്നു. ശ്യാനതകൂടിയ ലാവ അധികദൂരം ഒഴുകുന്നില്ല. ഇങ്ങനെയുണ്ടാകുന്ന ലാവാതലത്തിന്റെ അറ്റത്തു ധാരാളം മുനമ്പുകൾ കാണുന്നു. ഇത്തരം ലാവ മങ്ങിയ നിറത്തോടു കൂടിയതായിരിക്കും.

സിലിക്കാംശം കുറവുള്ള ലാവയുടെ ഉദ്ഗാരം പ്രായേണ ശാന്തമാണ്. ഗതിശീലങ്ങളായ ഇവ രണ്ടുരീതിയിലുള്ള ലാവാപ്രവാഹങ്ങൾക്ക് ഇടയാക്കുന്നു. ലാവയുടെ മുകൾഭാഗം കട്ടിയാകുമ്പോഴും അടിഭാഗം ഒഴുകിക്കൊണ്ടിരിക്കും. തൻമൂലം കട്ടിപിടിച്ചഭാഗം വിണ്ടുകീറി കട്ടകളായിത്തീരുന്നു. പെട്ടെന്നുറയുന്നതുമൂലം പരുപരുത്ത തലങ്ങളായിരിക്കും ഇവയ്ക്കുണ്ടായിരിക്കുക. എന്നാൽ പരന്നൊഴുകുമ്പോൾ വിലീനവാതകങ്ങൾ കുമിളകളായി രക്ഷപ്പെട്ടശേഷം തണുത്തു കട്ടിയാകുന്ന ലാവയുടെ മിനുസമായ പുറന്തോട് കയർപോലെ പിരിവുകളോടെ കാണപ്പെടുന്നു. ഇവയെ യഥാക്രമം ഖണ്ഡ ലാവ (Block Lava) എന്നും കയർ ലാവ (Rope Lava) എന്നും പറയുന്നു; ആആ ലാവ (അഅ Lava), പാഹോഹോ ലാവ (Pahoehoe Lava) എന്നീ ഹവായിയൻ പേരുകളും പ്രചാരത്തിലുണ്ട്. കയർ ലാവ ഖണ്ഡ ലാവയെക്കാൾ സാവധാനത്തിലാണ് തണുക്കുന്നത്.

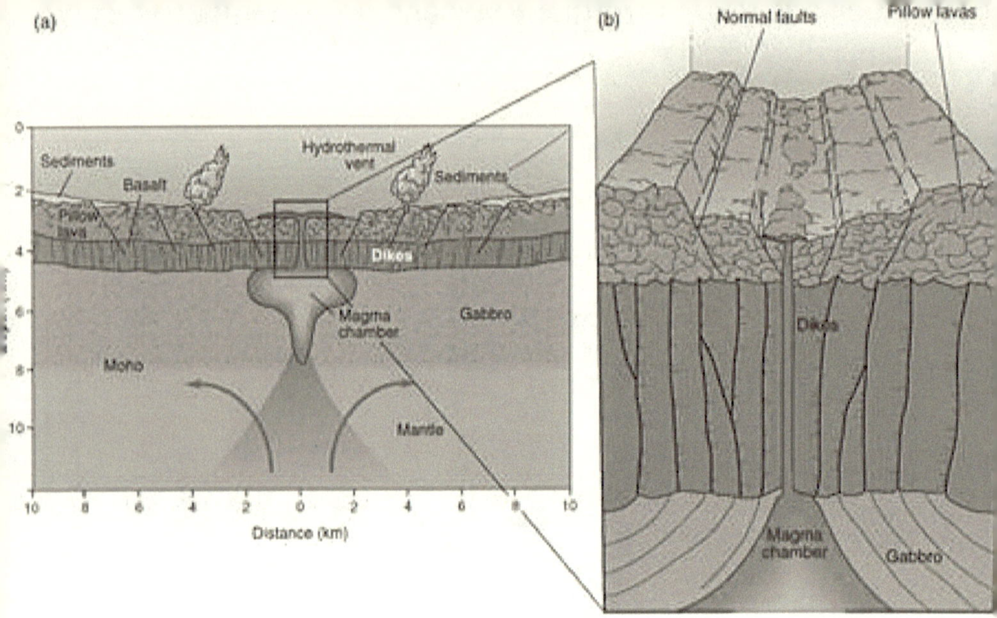

തലയിണലാവ എന്നറിയപ്പെടുന്നത് എന്താണ് ?

സമുദ്രത്തിന്റെയോ ജലാശയങ്ങളുടെയോ അടിത്തട്ടിൽ ലാവാ ഉദ്ഗാരമുണ്ടാകുമ്പോൾ തലയണകൾ നിരത്തിയിട്ടതുപോലുള്ള ആകൃതിയിൽ പെട്ടെന്നു തണുത്ത് ഉറയുന്നു. ഇവയെ തലയണലാവ (Pillow Lava) എന്നു പറഞ്ഞുവരുന്നു. പസിഫിക് സമുദ്രത്തിലെ അഗ്നിപർവ്വത ദ്വീപുകൾക്കടുത്ത് ഇത്തരം ഘടന ധാരാളമായി കാണാം. ഭൂഅഭിനതികളുമായി (Gesoynclines) ബന്ധപ്പെട്ടും ഇവയെ കണ്ടെത്തിയിട്ടുണ്ട്. അഗാധതലങ്ങളിലുണ്ടാകുന്ന ഉദ്ഗാരങ്ങളെപ്പറ്റി നേരിട്ടുള്ള അറിവുകൾ പരിമിതമാണ്. രാസസംയോഗത്തിൽ ഇവയ്ക്കു ബസാൾട്ടിനോടു സാദൃശ്യമുണ്ട്. എന്നാൽ ധാതു സംയോഗത്തിൽ വ്യത്യസ്തവുമാണ്. ഇവയെ സ്പിലൈറ്റ് (Spilite) എന്നു പറയുന്നു. നിശ്ചലമായി തളംകെട്ടിനിന്നു ഘനീഭവിക്കുന്ന ലാവാ ഘടനകളുടെ അടിഭാഗം സ്തംഭാകാരമായി കാണപ്പെടുന്നു (columnar tsructure). ഇവ തരിമയവും വിലീനവാതകങ്ങളുടെ അഭാവംകൊണ്ടു സവിശേഷവുമായ പ്ളേറ്റോ ബസാൾട്ടിന്റെ ഏകരൂപഘടനകളാണ്. ഡെക്കാൺ പീഠഭൂമിയിലെ 5, 20, 000 ച. കി. മീ. സ്ഥലത്ത് ഇത്തരം സ്തംഭാകാരലാവയാണുള്ളത്. ലോകത്തിന്റെ നാനാഭാഗങ്ങളിലും ഇത്തരം ലാവാപീഠഭൂമികൾ കാണാം. കഴിഞ്ഞ 18 കോടി വർഷങ്ങൾക്കിടയിൽ 42 ലക്ഷം ഘ. കി. മീ. ലാവാശിലകൾ രൂപം കൊണ്ടിട്ടുണ്ടെന്ന് കണക്കാക്കപ്പെടുന്നു. അഗ്നിപർവ്വതനാളത്തിൽ വച്ചുതന്നെ വാതകങ്ങളുമായി കലർന്നു പതഞ്ഞുയരുന്നതാണ് ലാവാനുര (Lava forth). ഏറ്റവും ശ്യാനവും ഊഷ്മളവുമായ ലാവ കുത്തനെയുള്ള ചരിവുകളിൽ മണിക്കൂറിൽ 50 മുതൽ 65 കി. മീ. വരെ വേഗത്തിലൊഴുകുന്നു. എന്നാൽ സിലിക്ക അധികമുള്ള ലാവ വളരെ സാവധാനത്തിൽ മാത്രമേ ഇറങ്ങുന്നുള്ളൂ. ഇവയുടെ ഉപരിതലം ഉറയുകയും ഒപ്പംതന്നെ അടിവശം ഒഴുകുകയും ചെയ്യും. ഇതു വൈവിധ്യമുള്ള പ്രതലസംരചനയ്ക്കു കാരണമാകുന്നു. ഉറഞ്ഞുകൂടിയ ലാവാത

ലങ്ങൾക്കിടയിൽ വലിയ തുരങ്കങ്ങൾ ഉണ്ടാകുന്നതും സാധാരണയാണ്. ചിലപ്പോൾ ഇവയുടെ മുകൾത്തട്ട് ഇടിഞ്ഞമർന്ന് അഗാധങ്ങളായ കിടങ്ങുകളായിത്തീരുന്നു.

പൈറോക്ളാസ്റ്റികങ്ങൾ എന്താണ് ?

ഖരരൂപത്തിലുള്ള അഗ്നിപർവ്വതോത്പന്നങ്ങളാണ് പൈറോക്ളാസ്റ്റികങ്ങൾ (Pyroclastic rock). പൈറോക്ളാസ്റ്റികങ്ങൾ നന്നെ ചെറിയ തരികൾ മുതൽ ടൺകണക്കിനു ഭാരമുള്ള വലിയ ശിലാഖണ്ഡങ്ങൾ വരെ വിവിധവലിപ്പങ്ങളിൽ കാണപ്പെടുന്നു. സ്ഫോടനത്തിന്റെ ശക്തി, കാറ്റിന്റെ ഗതിവേഗം, വലിപ്പം തുടങ്ങിയവയെ ആശ്രയിച്ച് ഇവ അഗ്നിപർവ്വതവക്ത്രത്തിനുചുറ്റും അടുത്തോ ദൂരയോ ആയി വീഴുന്നു. ചിലപ്പോൾ വലിയ ഖണ്ഡങ്ങൾ അഗ്നിപർവ്വത വക്ത്ര(Crater)ങ്ങളിലേക്കുതന്നെ വീണെന്നും വരാം. ക്രേറ്ററിന്റെ വശങ്ങളിലായിവീണ് ഉരുണ്ടുനീങ്ങുന്നവയുമുണ്ട്. ഇവ പിന്നീട് ജ്വാലാശ്മസഞ്ചയമോ (agglomerate) അഗ്നിപർവത ബ്രക്ഷ്യയോ (Volcanic Breccia) ആയി രൂപം കൊള്ളുന്നു.

3 സെ. മീ മുതൽ അനേകം മീ. വരെ വ്യാസമുള്ള പൈറോക്ളാസ്റ്റിക് പിണ്ഡങ്ങളാണ് അഗ്നിപർവ്വത ബോംബുകൾ. ഇവ ഖരരൂപത്തിൽതന്നെ വിക്ഷേപിക്കപ്പെടുന്ന മാഗ്മാകഷണങ്ങളാകാം. ചിലപ്പോൾ വായുമണ്ഡലത്തിലേക്ക് ചുഴറ്റി എറിയപ്പെടുമ്പോൾ ഉരുണ്ടുകൂടുന്നതുമാകാം. മിക്കവാറും ഇവയ്ക്കു സരന്ധ്രഘടനയായിരിക്കും ഉണ്ടാവുക. ഭൗമോപരിതലത്തിലെത്തുന്നതിനു മുൻപുതന്നെ ഇവ ബാഹ്യമായിട്ടെങ്കിലും ഖരീഭവിച്ചിരിക്കും; ചിലപ്പോൾ നീണ്ടുരുണ്ടവയായും കൂമ്പിയും കാണപ്പെടുന്നു; അപൂർവമായി ക്രമരൂപമില്ലാത്തവയും കാണാം. ആകാശത്തുവച്ചുതന്നെ ഘനീഭവിച്ചു സരന്ധ്രങ്ങളായി കാണപ്പെടുന്ന ലാവാക്കഷണങ്ങളെ 'സ്കോറിയ' (Scoria) എന്നു പറയുന്നു. 0. 3 മി. മീ. മുതൽ 5 മി. മീ. വരെ വലിപ്പമുള്ളവ 'ചാര'മായും അതിലും സൂക്ഷ്മങ്ങളായവ 'ധൂളി' ആയും വിശേഷിപ്പിക്കപ്പെടുന്നു. സുഷിരങ്ങളി

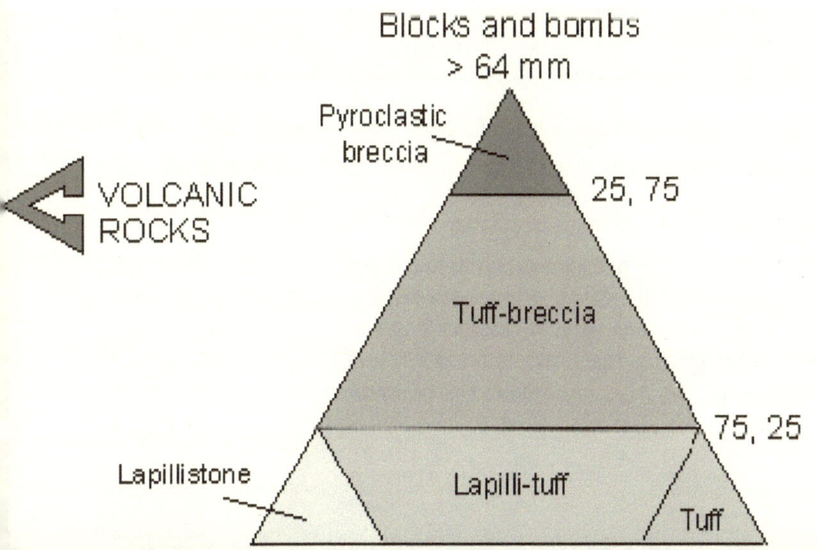

ല്ലാതെ പയർമണികളെപ്പോലെയുള്ള ചെറിയ കഷണങ്ങളാണ് 'ലാപ്പിലി' (Lappili). പ്യൂമിസ് (Pumice) ആണ് മറ്റൊരിനം. ശ്യാനതകൂടി രന്ധ്രമയവും വാതകസാന്നിധ്യമുള്ളതുമായ മാഗ്മാക്കഷണങ്ങളാണ് പ്യൂമിസ്. അന്തരീക്ഷത്തിലൂടെയുള്ള യാത്രയ്ക്കിടയിൽ മാഗ്മ പെട്ടെന്നു തണുക്കുമ്പോഴാണ് പ്യൂമിസ് ഉണ്ടാകുന്നത്. പ്യൂമിസ് പൊടിയുമ്പോൾ സ്ഫടികതുല്യമായ ചാരമാകുന്നു. അധിസിലിക മാഗ്മയുടെ വിദരോദ്ഗാരത്തോടനുബന്ധിച്ച് അഗ്നിസ്ഫുലിംഗങ്ങളും വിഷ വാതകങ്ങളും ഉൾക്കൊള്ളുന്ന ഭീമാകാരങ്ങളായ ധൂളീമേഘങ്ങളുണ്ടാകുന്നു. ഇവയെ 'നൂയെസ് ആർദെന്റെസ്' (Nuees Ardentes) എന്നു വിളിച്ചുവരുന്നു. മാഗ്മാ ഉദ്ഗാരത്തിനു തൊട്ടുമുൻപായി പരൽരൂപത്തിലുള്ള ആഗൈറ്റ്, ഫെൽസ്പാർ തുടങ്ങിയ ധാതുക്കൾ വർഷിക്കപ്പെടാറുണ്ട്.

എല്ലാ അഗ്നിപർവ്വതസ്ഫോടനങ്ങളും സംഭവിക്കുന്നത് ഒരുപോലെയാണോ ?

ഏതെങ്കിലും രണ്ട് അഗ്നിപർവ്വതങ്ങളിലെ സ്ഫോടനം ഒരിക്കലും തന്നെ എല്ലാ രീതിയിലും തുല്യമായി എന്നു വരികയില്ല. മർദം, വാതകത്തിന്റെ അളവ്, ലാവയുടെ ശൂന്യത എന്നിവയുടെ അടിസ്ഥാനത്തിൽ പ്രത്യേക ഭാവങ്ങൾ പ്രദർശിപ്പിച്ചുകാണുന്നവയെ പലതായി തിരിച്ചിരിക്കുന്നു . അതിൽ ഹവായിയൻ (Hawalian) അഗ്നിപർവ്വതങ്ങളുടെ ഉദ്ഗാരം ഏറിയ കൂറും ഗതിശീലലാവയായിട്ടായിരിക്കും. വാതകാംശം നന്നെ കുറവാണെന്നു മാത്രമല്ല വൻതോതിലുള്ള സ്ഫോടനം ഉണ്ടാകുന്നുമില്ല. വിലമുഖം തുളുമ്പിയൊഴുകുന്ന ലാവനേരിയ സ്തരങ്ങളായി അനേകം കിലോമീറ്ററുകളോളം വ്യാപിക്കുന്നു. ഉയർത്തി എറിയപ്പെടുന്ന മാഗ്മാപിണ്ഡങ്ങൾ നിലത്തു വീഴുമ്പോൾ തല്ലിപ്പരത്തിയതുപോലെയാകുന്നു. ലാവാ തടാകങ്ങളും 'പിലേയുടെ മുടി' എന്നറിയപ്പെടുന്ന അഗ്നിപർവ്വതസ്ഫടികത്തിന്റെ നാരുകളുമാണ് ഹവായിയൻ തരത്തിന്റെ സവിശേഷതകൾ. ശ്യാനമായ ലാവ കൂടുതൽ മുറുകിയ ലാവയുടെ മുകളിൽ തളംകെട്ടി സംവഹനരീതിയിൽ പരിസഞ്ചരിക്കുന്നതാണ് ലാവാതടാകം. വാതകങ്ങളുടെപെട്ടെന്നുള്ള നിഷ്ക്രമണംമൂലം ഉപരിതലത്തിൽനിന്നും പുറത്തുചാടുന്ന ലാവ ശക്തിയായി അടിക്കുന്ന കാറ്റിൽപ്പെട്ടു ഘനീഭവിക്കുമ്പോഴാണ് സ്ഫടികനാരുകളുണ്ടാകുന്നത്. സ്ട്രോംബോലിയൻ ആണ് മറ്റൊരു രീതി.

സിസിലിക്കു വടക്കുള്ള ലിപ്പാരിദ്വീപിലെ സ്ട്രോംബോലി അഗ്നിപർവ്വതത്തെ ആധാരമാക്കിയാണ് ഈ വിഭജനം, നൂറ്റാണ്ടുകളോളം നിർഗ്ഗമിച്ചുകൊണ്ടിരുന്ന സ്ട്രോംബോലി അഗ്നിപർവ്വതത്തിന്റെ പേരിലുള്ള ഈ തരം അറിയപ്പെടുന്നത്. ലാവ അധികം സുചലമല്ലാതിരിക്കുമ്പോഴാണ് സ്ട്രോംബോലിയൻ (Strombolian) രീതിയിലുള്ള സ്ഫോടനം ഉണ്ടാകുന്നത്. വാതകങ്ങൾക്കു ശക്തിയായ സ്ഫോടനത്തോടുകൂടി മാത്രമേ ബഹിർഗമിക്കാൻ കഴിയൂ, മാഗ്മയിലുള്ള കുമിളകൾ കൂടിച്ചേർന്നുണ്ടാകുന്ന വലിയ കുമിളകൾ ഉപരിതലത്തിലെത്തി വായുവിലെ മർദ്ദ വ്യത്യാസത്തിനാൽ ശക്തമായ ശബ്ദത്തോടെ പൊ

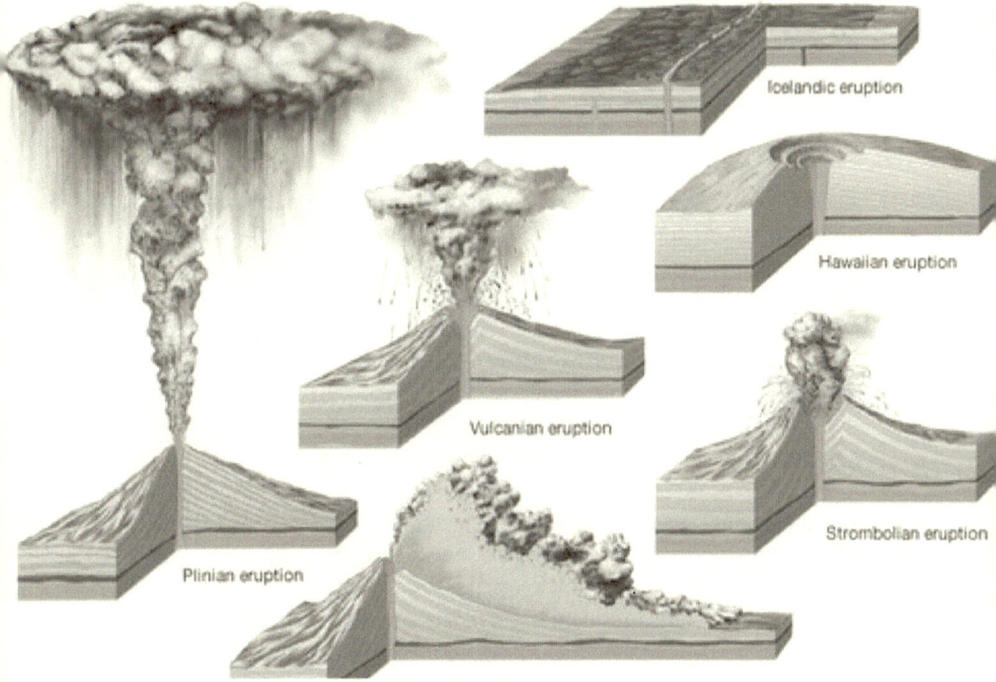

ട്ടുന്നു. ഉദ്ഗാരവസ്തുക്കൾ അധികവും പൈറോക്ളാസ്റ്റികങ്ങളായിരിക്കും; ബോംബുകളും സ്കോറിയകളും ലാപ്പിലിയും ധാരാളമായി പതിക്കുന്നു; ജ്വലിക്കുന്ന ധൂളിമേഘങ്ങളും ഉണ്ടാകാം.

മുറുകി കുഴമ്പുപരുവത്തിലുള്ള മാഗ്മ ഉദ്ഗമിക്കുന്നവയാണ് വൽക്കാനിയൻ (Vulcanian) ഇനത്തിൽപെട്ട അഗ്നിപർവ്വതങ്ങൾ. അതിശക്തമായ സ്ഫോടനത്തോടുകൂടി വലുതും ചെറുതുമായ ലാവാ പിണ്ഡങ്ങൾ ധാരാളമായി ചുഴറ്റി എറിയപ്പെടുന്നു. ഉദ്ഗാരത്തിന്റെ ആദ്യഘട്ടത്തിൽ ഉയർന്നുപൊങ്ങുന്ന മാഗ്മ, മർദക്കുറവുമൂലം കട്ടി പിടിച്ചു വിലമുഖം അടയ്ക്കുന്നു. ഇതിനടിയിൽ സഞ്ചിതമാകുന്ന വാതകങ്ങൾ ശക്തിയോടെ പുറത്തേക്കു വമിക്കുന്നതാണ് സ്ഫോടനത്തിനു ഹേതു. കോളിഫ്ളവറിന്റെ രൂപത്തിലുള്ള പടർന്ന ധൂമപടലങ്ങളും ജ്വലിക്കുന്നതും വിഷമയവുമായ ധൂളീമേഘങ്ങളും ഈയിനം ഉദ്ഗാരങ്ങളിൽ സാധാരണയാണ്. ഇവ പൊട്ടുമ്പോൾ ദ്രവലാവ ഒട്ടുംതന്നെ പ്രവഹിക്കുന്നില്ല.

പിലിയൻ (Pelean) അഗ്നിപർവ്വതങ്ങളിലെ മാഗ്മ ഏറ്റവും ശ്യാനവും തൻമൂലം സ്ഫോടനം ഏറ്റവും ശക്തിയുള്ളതുമായിരിക്കും. വിലമുഖത്തിന്റെ വക്കുകൾ ക്രമേണ ഉയർന്നു വൃത്തസ്തൂപികാകൃതിയിലുള്ള ഒരു കുന്നിനു രൂപംകൊടുക്കുന്നു. ചിലപ്പോൾ ഇതിന്റെ വശങ്ങൾ ഭ്രംശിച്ചുനീങ്ങുന്നതു വൻപിച്ച നാശനഷ്ടങ്ങൾക്കിടയാക്കും. വശങ്ങളിലുള്ള ലാവാ അട്ടികളിലെ വിലീന വാതകങ്ങൾ പെട്ടെന്നു രക്ഷപെ

ടുന്നത് ഇടയ്ക്കിടെയുള്ള സ്ഫോടനങ്ങൾക്കു കാരണമാകാം. ചിലപ്പോൾ ഗോളാകൃതിയിൽ ഉരുണ്ടുകൂടുന്ന മാഗ്മാപിണ്ഡം വിലമുഖം അടച്ചുകളയുന്നതിനാൽ, അഗ്നിപർവ്വതത്തിന്റെ ചരിവുകളിൽ രണ്ടാമതൊരു വിലമുഖമുണ്ടാകാൻ സാധ്യതയുണ്ട്.

വെസൂവിയൻ (Vesuvian) അഗ്നിപർവ്വതങ്ങളിൽ നിന്നുള്ള വാതക പൂർണമായ മാഗ്മാ ഉദ്ഗാരം സാമാന്യം ശക്തമായ സ്ഫോടനത്തോടെയാകും. വിലമുഖത്തിന്റെ ഭിത്തികൾ ഈ സ്ഫോടനത്തിന്റെ ഫലമായി പൊട്ടിത്തെറിക്കുന്നു. ആദ്യം പതഞ്ഞു പൊങ്ങുന്ന മാഗ്മയും ധൂളീമേഘങ്ങളും ഉണ്ടാകുന്നു. പിന്നെ സുചലമായ മാഗ്മ വശങ്ങൾ കവിഞ്ഞൊഴുകുന്നു. അഗ്നിപർവ്വതച്ചാരം ഇതിൽനിന്നു ധാരാളമായി വർഷിക്കപ്പെടും. വെസൂവിയസ് അഗ്നിപർവ്വതത്തിൽനിന്നും നിഷ്പന്നമായതാണ് ഈ പേര്.

ഫ്രിയാടിക്കുകൾ , സോൾഫറ്റാറകൾ എന്നിവ എന്താണ് ?

ചില ഉദ്ഗാരങ്ങളിൽ വിസർജിത പദാർഥങ്ങൾക്ക് അഗ്നിപർവ്വതപ്രക്രിയയുമായി ബന്ധമുണ്ടാകില്ല; അല്ലാത്തപക്ഷം ആഗ്നേയപദാർഥങ്ങൾ നന്നെ കുറഞ്ഞ അളവിലായിരിക്കും. ഉത്പന്നങ്ങളുടെ ഊഷ്മാവ് താരതമ്യേന താണിരിക്കുന്നു. ഇത്തരം ഉദ്ഗാരങ്ങളാണ് അൾട്രാ വൾക്കാനിയൻ (Utlra Vulcanian). ഭൂഗർഭജലം വിലമുഖത്തിലെ മാഗ്മയുമായുള്ള സമ്പർക്കത്തിൽ പെട്ടെന്നു ബാഷ്പീഭവിച്ചു ശക്തിയോടെ പുറത്തേക്കു ഉദ്ഗാരം ഈ രീതിയിലുള്ളതാകുമ്പോൾ അവയെ ഫ്രിയാറ്റിക്ക് (Friatic) തരമെന്നു പറയുന്നു.

ശിലകളിലുള്ള വിദരങ്ങളിലൂടെ നീരാവിയും മറ്റു വാതകങ്ങളും ശക്തിയായി പുറത്തേക്കു വരുന്നതിനെ ബാഷ്പമുഖം അഥവാ ഫ്യൂമറോൾ (Fumaroles) എന്നു പറയുന്നു. ഈ വാതകങ്ങളിൽ 99 i. am. വും നീരാവിയായിരിക്കും. കാർബൺഡൈഓക്സൈഡ്, ഹൈഡ്രോക്ലോറിക് അമ്ളം, ഹൈഡ്രജൻസൾഫൈഡ്, മീഥെയിൻ തുടങ്ങിയവയാണ് മറ്റു വാതകങ്ങൾ.

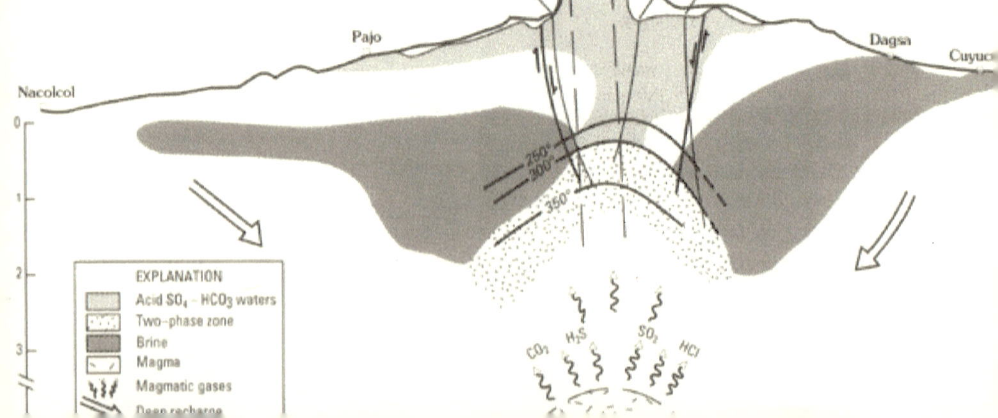

ഗന്ധക വാതകങ്ങൾ പുറത്തേക്കു വിടുന്ന ഫ്യൂമറോളുകളാണ് സോൾഫറ്റാറകൾ (Solfataras). ഹൈഡ്രജൻസൽഫൈഡ് വാതകത്തിനു വായുസമ്പർക്കത്താൽ ജാരണം സംഭവിച്ചു ഗന്ധകം ഉണ്ടാകുന്നു. ഇവ സോൾഫറ്റാറയുടെ അരികിൽതന്നെ നിക്ഷേപിക്കപ്പെടുന്നു. പല സ്ഥലങ്ങളിലും ഇങ്ങനെയുള്ള നിക്ഷേപങ്ങളിൽ നിന്നു ഗന്ധകം ഖനനം ചെയ്തെടുക്കുന്നുണ്ട്. ഇതിൽ പ്രധാനപ്പെട്ടത് നേപ്പിൾസിലെ ലാ സോൾഫറ്റാറ (La Solfatara) ആണ്.

ഹോട്ട് സ്പ്രിങ്ങ്സ് എന്നാലെന്താണ്

പല അഗ്നിപർവ്വതപ്രദേശങ്ങളിലും ചൂടുറവകളും(Hot Springs) ഫ്യൂമറോളുകളും ധാരാളമായി കണ്ടുവരാറുണ്ട്. ഇവ തമ്മിൽ വളരെ അടുത്ത ബന്ധമാണുള്ളത്. ചില ചൂടുറവകൾ വരണ്ട കാലാവസ്ഥയിൽ ഫ്യൂമറോളുകളായും ആർദ്രകാലാവസ്ഥയാകുമ്പോൾ വീണ്ടും ചൂടുറവകളായും മാറുന്നു. ചൂടുറവകൾക്കു നിദാനം പ്രധാനമായും ഭൂഗതജലം ആണെന്നും അവ മാഗ്മയിൽനിന്നുണ്ടാകുന്ന നീരാവി കൊണ്ടു ചൂടുപിടിക്കുകയാണെന്നുമുള്ള വാദത്തെ ഇതു ന്യായീകരിക്കുന്നു.

പലതരത്തിലുള്ള ചൂടുറവകൾ ഉണ്ടെങ്കിലും ഏറ്റവും പ്രധാനപ്പെട്ടവ തിളയ്ക്കുന്ന ഉറവകളും ഉഷ്ണോൽസ(Geyser)ങ്ങളുമാണ്. പല അഗ്നിപർവ്വതപ്രദേശങ്ങളിലും കണ്ടുവരുന്ന ഒരു പ്രത്യേകതയാണ് തിളയ്ക്കുന്ന നീരുറവകൾ; യു. എസ്സിലെ 'യെല്ലോസ്റ്റോൺ നാഷണൽ പാർക്കി'ൽ ഇവ ധാരാളമുണ്ട്. ഇവ ചൂടുവെള്ളമുള്ള കുളങ്ങൾ മുതൽ ശക്തിയായി തിളയ്ക്കുന്ന ഉറവകൾവരെ ആകാം.

ഇടവിട്ടിടവിട്ടു കുറെയധികം ചൂടുവെള്ളവും നീരാവിയും കൂടി പൊട്ടിത്തെറിയോടെ പുറത്തേക്കുതള്ളുന്ന ചൂടുറവകളെയാണ് 'ഉഷ്ണോൽസം' എന്നു പറയുന്നത്. ചില അവസരങ്ങളിൽ ഇവ നൂറുകണക്കിന് അടി ഉയരത്തിൽ ചീറ്റാറുണ്ട്. ചിലതിന്റെ ഉദ്ഗാരം ഏതാനും നിമിഷത്തേക്കായിരിക്കും; എന്നാൽ മിനിട്ടുകളോളമോ മണിക്കൂറുകളോളമോ നീണ്ടുനില്ക്കുന്നവയുമുണ്ട്. ബഹിർഗമിക്കുന്ന ജലത്തിന്റെ അളവ് വളരെ കുറച്ചുമുതൽ അനേകായിരം ഘ. മീ. വരെ ആകാം. ചില ഉഷ്ണോൽസങ്ങൾ ഒരു നിശ്ചിതസമയക്രമം പാലിച്ച് ആവർത്തിക്കുന്നു; എന്നാൽ ഭൂരിഭാഗവും യാതൊരു ക്രമവും പാലിക്കാത്തവയാണ്.

എന്താണ് ചെളി അഗ്നിപർവതങ്ങൾ ?

ചെളി അഗ്നിപർവതങ്ങളിൽ (Mud Volcanoes) ഭൂമിയുടെ ഉപരിതലം ഭേദിച്ചു പുറത്തേക്കുവരുന്ന വാതകങ്ങൾ വഹിച്ചുകൊണ്ടുവരുന്ന മണലും കളിമണ്ണും നാളിയുടെ ചുറ്റുമായി നിക്ഷേപിക്കപ്പെടുന്നു. തുടർച്ചയായുള്ള ഇത്തരം പ്രവൃത്തിമൂലം ഒരു കോൺ (cone) രൂപം കൊള്ളുന്നു. ജലത്തിന്റെ സാന്നിധ്യത്തിൽ മണലും കളിമണ്ണും കൂടിച്ചേർന്ന് ചെളിയായിത്തീരും. ഇതു കോണിന്റെ മുകളിൽ ഉണങ്ങി

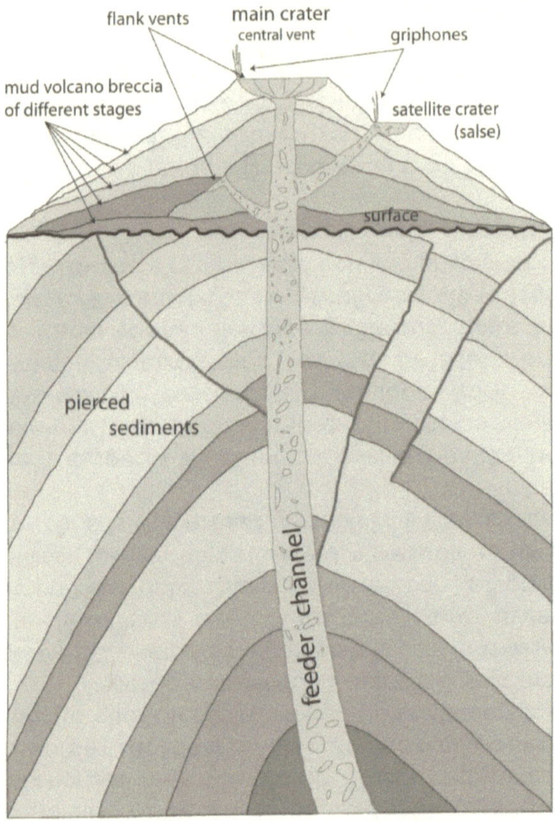

കട്ടപിടിക്കുന്നു. കോണിന്റെ മുകൾഭാഗം പൊട്ടിത്തെറിക്കുന്ന ഘട്ടംവരെ കട്ടപിടിച്ച ഉപരിതലത്തിനുതാഴെ വാതകങ്ങൾ സഞ്ചയിക്കുകയും തൻമൂലം മർദം കൂടിവരികയും ചെയ്യുന്നു. മർദത്തിന്റെ ആധിക്യംമൂലം കോണിന്റെ മുകൾഭാഗം പൊട്ടിത്തെറിക്കും. ഇതു ചെറിയ തോതിലെങ്കിലും ഒരു അഗ്നിപർവതത്തിന്റെ പ്രതീതി ജനിപ്പിക്കുന്നു. പല ചെളി അഗ്നിപർവതങ്ങളും എണ്ണപ്പാടങ്ങളിലാണ് കണ്ടുവരുന്നത്. ഇവയിൽ മിക്കതും അഗ്നിപർവതപ്രദേശങ്ങളിൽ നിന്നകന്നു സ്ഥിതി ചെയ്യുന്നവയുമാണ്. ചെളിയിൽക്കൂടി നീരാവി മിക്കവാറും അഗ്നിപർവത വിസർജിതമായത് രക്ഷപെടുമ്പോൾ ഉണ്ടാകുന്നതാണ് മറ്റു ചെളിഅഗ്നി പർവതങ്ങൾ. മഴക്കാലത്താണ് ചെളിഅഗ്നിപർവതങ്ങൾ സജീവമായി കണ്ടുവരുന്നത്. പുറത്തേക്കുവരുന്ന ചെളി അന്തരീക്ഷ ഊഷ്മാവിൽനിന്ന് അല്പം ഉയർന്ന താപനില കാണിക്കാറുണ്ട്.

അഗ്നിപർവ്വത സ്ഫോടനങ്ങളുടെ ഭീക്ഷണി നേരിടുന്ന പ്രദേശങ്ങൾ ഏതെല്ലാം. ?

ഇപ്പോൾ ഭൂമുഖത്ത് 500ൽപരം അഗ്നിപർവതങ്ങൾ സജീവങ്ങളായി ഉണ്ടെന്നാണ് കണക്കാക്കപ്പെട്ടിരിക്കുന്നത്. ഇവയിൽ വടക്കേ അമേരിക്ക യുടെ പടിഞ്ഞാറൻ തീരത്തുള്ള കട്മൈ, മൌണ്ട് ഹൂഡ്, ലാസ്സെൻ പീക്, ഹവായിയിലെ മാണാലോവാ, മെക്സിക്കോയിലെ പാരീകൂട്ടിൻ, പോപോകാറ്റെപെറ്റി, ഇക്വഡോറിലെ കോട്ടപക്സി, മാർട്ടനിക് ദ്വീപി ലെ, സിസിലിയിലെ എറ്റ്ന, ഇറ്റലിയിലെ വെസൂവിയസ്, ജപ്പാനിലെ ഫ്യൂജിയാമ, ഫിലിപ്പീൻസിലെമായാൺ എന്നിവ ഏറ്റവും അപകട കാരികളായി ഗണിക്കപ്പെടുന്നു.

ഭൂമുഖത്തൊട്ടാകെയുള്ള അഗ്നിപർവതങ്ങളെ വ്യത്യസ്ത മേ ഖലകളാക്കിത്തിരിക്കാം. പസിഫിക് സമുദ്രത്തെ ചുറ്റി അഗ്നിപർവത ങ്ങളുടെ ഒരു ശൃംഖല കാണാം. തെക്കേ അമേരിക്കയിലെ ആൻഡീസ് പർവതനിരകളിൽ തുടങ്ങി മധ്യ അമേരിക്ക, മെക്സിക്കോ, പശ്ചിമ യു. എസ്സിലെ കാസ്കേഡ് നിരകൾ, അലൂഷ്യൻ ദ്വീപുകൾ, കംചാത്ക, കുറൈൽദ്വീപുകൾ, ജപ്പാൻ, ഫിലിപ്പീൻസ്, സെലിബിസ്, ന്യൂഗിനി, സോളമൻ ദ്വീപുകൾ, ന്യൂകാലിഡോണിയ, ന്യൂസിലൻഡ് എന്നീ പ്ര ദേശങ്ങളിലൂടെ നീളുന്ന ഈ മേഖലയിൽ ഉടനീളം സജീവമോ (active) നിർവാണമോ (dormant) ലുപ്തമോ (extinct) ആയ ധാരാളം അഗ്നിപ ർവതങ്ങളുണ്ട്. മറ്റു മേഖലകൾ താഴെ പറയുന്നവയാണ്. (1) ഹവായ് ഗലാപഗോസ്, ജോൺ ഫർണാണ്ടസ് എന്നീ ദ്വീപസമൂഹങ്ങൾ; (2) ടിമോർ, ജാവ, സുമാത്ര, ബാലി എന്നീ ദ്വീപുകൾ; (3) അറേബ്യൻ ഉപ ദ്വീപിൽ തുടങ്ങി ആഫ്രിക്കയുടെ കിഴക്കെ അരികിലുള്ള ഭ്രംശതാഴ്വര (rift valley)യിലൂടെ മലഗസി റിപ്പബ്ളിക്കോളം നീളുന്ന മേഖല; (4) ഏഷ്യയിലെ അരാറത്ത് പർവതത്തിൽ തുടങ്ങി മെഡിറ്ററേനിയൻ തീ രത്തു കൂടെ അസോർസ്, കാനറിദ്വീപ്സമൂഹം എന്നിവിടങ്ങളോള

കട്മൈ

മെത്തുന്ന ശൃംഖല; (5) വെസ്റ്റ്ഇൻഡീസ്. ഇവ കൂടാതെ ഐസ്‌ലാൻഡ് തുടങ്ങി ഒറ്റപ്പെട്ട പ്രദേശങ്ങളുമുണ്ട്; നിഷ്ക്രിയ അഗ്നിപർവത ങ്ങളുടേതായ നിരവധി മേഖലകൾ മേല്പറഞ്ഞതിൽ ഉൾപ്പെടുന്നില്ല. ഇന്ത്യയിലെ ഏകസജീവ അഗ്നിപർവതം ആന്തമാൻനിക്കോബാർ ദ്വീപസമൂഹത്തിലെ ബാരൺ ദ്വീപിലേതാണ്.

അഗ്നിപർവതസ്ഫോടനം അളവറ്റ നാശനഷ്ടങ്ങൾക്കു കാരണ മാകുന്നുവെന്നു മുൻപു സൂചിപ്പിച്ചു. 1883ലെ ക്രാകതോവാ വിസ്ഫോടന ഫലമായി 36,000 പേർക്കു ജീവാപായം നേരിട്ടു. ഇന്തോനേഷ്യയിലെ ജാവയ്ക്കും സുമാത്രയ്ക്കും ഇടയ്ക്കുള്ള ക്രാകതോവാദ്വീപ് അ തിലുള്ള അഗ്നിപർവതത്തിന്റെ സ്ഫോടനത്തെതുടർന്ന് ഒന്നാകെ കടലിൽ ആണ്ടുപോകുകയുണ്ടായി. മൌണ്ട്പിലേയിൽ നിന്നുള്ള (1902) വിഷലിപ്തമായ ധൂളീപ്രസരം 12, 000 ആളുകളെ വകവരുത്തുകയും സമീപത്തുള്ള സെയിന്റ്പിയറെ പട്ടണം അഗ്നിക്കിരയാക്കുകയും ചെ യ്തു. 1951ൽ ന്യൂഗിനിയിലെ മൌണ്ട്ലാമിങ്ടൺ പെട്ടെന്നു പൊട്ടിത്തെ റിച്ചപ്പോൾ 3, 000 ആളുകൾ കൊല്ലപ്പെട്ടു.

ഒരു അഗ്നിപർവതം സജീവമോ നിർജീവമോ എന്നു സ്ഥിരപ്പെടുത്തി പറയുക എളുപ്പമല്ല; അവയുടെ നിഷ്ക്രിയത്വം താത്കാലികമായിരിക്കും. ഫിലിപ്പീൻസിലെ താൽ അഗ്നിപർവതം 1572നുശേഷം 26 തവണ പൊട്ടിത്തെറിച്ചു. ഏറ്റവുമൊടുവിലത്തെ സ്ഫോടനം (1865) മൂലം പർവതശിഖരത്തിൽ 1,500 മീ. നീളവും 400 മീ. വീതിയുമുള്ള അഗാ ധമായ ഒരു കിടങ്ങുണ്ടായി. കോസ്റ്ററിക്കയിലെ ഇറാസു 45 വർഷം തണുത്തുകിടന്നശേഷം പെട്ടെന്നു സജീവമായി (1963); ഈ ഉദ്ഗാരം

ബാരൺ ദ്വീപിലെ അഗ്നിപർവതം

സർട്ട്സി ദ്വീപ്

20 മാസം നീണ്ടുനിന്നു. ഇറ്റലിയിലെ വെസൂവിയസ് എ. ഡി. 79നുശേഷം വളരെക്കാലം നിഷ്ക്രിയമായി കിടന്നെങ്കിലും 1944ൽ വീണ്ടും സജീവമായി. പ്ളീസ്റ്റോസീൻ യുഗത്തിനിപ്പുറം എരിഞ്ഞടങ്ങിയ അഗ്നിപർവതങ്ങൾ എല്ലാം തന്നെ വീണ്ടും സജീവമാകാനിടയുള്ളതായി കരുതപ്പെടുന്നു.

പുതിയ ഭൂരൂപങ്ങൾ സൃഷ്ടിക്കുന്നതിൽ അഗ്നിപർവതങ്ങൾക്കു വലിയ പങ്കുണ്ട്. മെക്സിക്കോയിലെ പാരീകൂട്ടിൻ 1943ൽ ഉദ്ഗമിച്ച്, 1952 വരെ ലാവ ഒഴുകിയതിന്റെ ഫലമായി 410 മീ. കനത്തിലുള്ള ലാവാ നിക്ഷേപങ്ങളുണ്ടായി. ഐസ്ലൻഡിന്റെ തീരത്തുള്ള സർട്ട്സിദ്വീപിന്റെ പ്രോത്ഥാനം (1963) മറ്റൊരു ഉദാഹരണമാണ്. ഏറെ താമസിയാതെ ലിറ്റിൽ സർട്ട്സി എന്ന ദ്വീപും സമീപത്തായി പൊന്തിവന്നു (1965). ഭൗമായുസ്സിലെ ആദ്യഘട്ടങ്ങൾ മുതൽ അഗ്നിപർവതങ്ങൾ പ്രതലസംരചനയിൽ പ്രമുഖമായ പങ്കു വഹിച്ചിരുന്നു. ഭൂമുഖത്ത് ഇന്നു കാണുന്ന ജലസഞ്ചയത്തിനും പ്രാണവായു നിറഞ്ഞ അന്തരീക്ഷത്തിനും രൂപം നല്കിയതു യുഗങ്ങളോളം നീണ്ടുനിന്ന അഗ്നിപർവതപ്രക്രിയയായിരുന്നു. അഗ്നിപർവതജന്യമായ ലാവയും ചാരവും കലർന്ന മണ്ണ് ഏറ്റവുമധികം ഫലഭൂയിഷ്ഠമാണ്.

സജീവതയുടെ അടിസ്ഥാനത്തിൽ അഗ്നിപർവതങ്ങളെ വേർത്തിരിക്കാമോ ?

അഗ്നിപർവതങ്ങൾ സജീവമാവുന്നതിന്റെ ആവൃത്തി അനുസരിച്ച് അഗ്നിപർവതങ്ങളെ വേർതിരിക്കാം. അറിയപ്പെടുന്ന ചരിത്രത്തിൽ പൊട്ടിത്തെറിക്കാത്തവയെ ലുപ്ത അഗ്നിപർവതങ്ങൾ (Extinct vol-

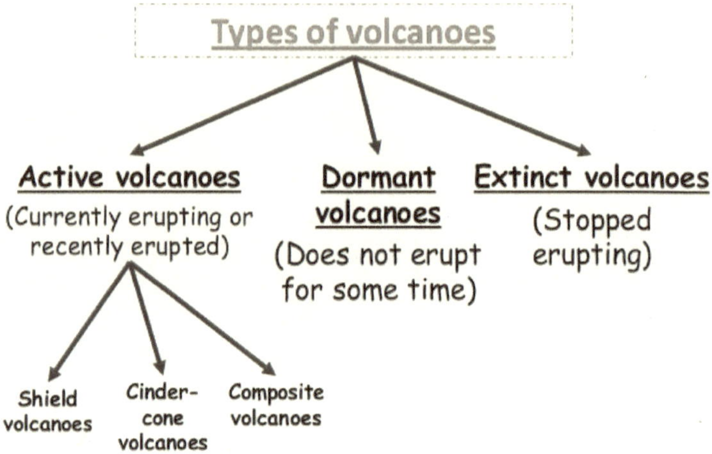

canoes) എന്നും ക്രമമായി സജീവമാവുന്നവയെ സജീവ അഗ്നിപർവതങ്ങൾ (active volcanoes) എന്നും അറിയപ്പെടുന്ന ചരിത്രത്തിൽ പൊട്ടിത്തെറിച്ച് ഇപ്പോൾ നിഷ്ക്രിയമായിരിക്കുന്നതും എന്നാൽ സജീവമാവാൻ സാധ്യതയുള്ളതുമായ അഗ്നിപർവതങ്ങളെ നിർവാണ അഗ്നിപർവതങ്ങൾ (dormant volcanoes) എന്നും പൊതുവേ വിളിക്കുന്നു.

അഗ്നിപർവതങ്ങളുടെ ജീവിതകാലം ഏതാനും മാസങ്ങൾ മുതൽ ദശലക്ഷക്കണക്കിന് വർഷങ്ങൾ വരെയാവാം, അതിനാൽ സജീവ അഗ്നിപർവതങ്ങളുടെ നിർവചനം വളരെ കൃത്യമായി ചെയ്യാൻ സാധ്യമല്ല ചിലർ രേഖപ്പെടുത്തിയ ചരിത്രത്തിൽ സ്ഫോടനം സംഭവിച്ചവയെ സജീവം എന്ന് വിളിക്കുന്നു . ചൈനയിലേയും മെഡിറ്ററേനിയൽ പ്രദേശത്തേയും രേഖപ്പെടുത്തിയ ചരിത്രം 3000 വർഷത്തോളമാണ്, എന്നാൽ ന്യൂസിലാന്റ്, ഹവായി എന്നീ പ്രദേശങ്ങളുടെ 200 വർഷത്തെ ചരിത്രമേ രേഖപ്പെടുത്തിയിട്ടുള്ളൂ. . ഹോളോസീൻ കാലഘട്ടത്തിൽ സ്ഫോടനം സംഭവിച്ചവയാണ് സജീവ അഗ്നിപർവതങ്ങൾ എന്നൊരു നിർവചനമാണ് കൂടിയുണ്ട്. . ഇപ്പോൾ ഭൂമുഖത്ത് 500ഓളം സജീവ അഗ്നിപർവതങ്ങൾ ഉള്ളതിൽ മിക്കതും പസഫിക്ക് അഗ്നിവളയ പ്രദേശത്താണ് ഏകദേശം അൻപതോളം അഗ്നിപർവതങ്ങൾ എല്ലാ വർഷവും പൊട്ടിത്തെറിക്കാറുണ്ട്.

ലുപ്ത അഗ്നിപർവതങ്ങൾ

ലാവയുടെ ഒഴുക്ക് നിലച്ചതിനാൽ ഇനിയും സജീവമാവാൻ സാധ്യതയില്ലാത്തവയാണെന്ന് ശാസ്ത്രജ്ഞൻമാർ കരുതുന്ന അഗ്നിപർവതങ്ങളാണ് ലുപ്ത അഗ്നിപർവതങ്ങൾ (extinct volcanoes) . ശാന്തസമുദ്രത്തിലെ ഹവായിയൻ എമ്പറർ സീമൗണ്ട് ശൃംഖല, നെതർലാന്റ്സിലെ ഹോഹെന്റ്വെയ്ൽ, ഷിപ്റോക്, സുയിഡ് വാൾ, സ്കോട്ലന്റിലെ എഡിനബറൊ കാസിൽ തുടങ്ങിയവ ലുപ്ത അഗ്നിപർവതങ്ങൾക്കുദാഹരണങ്ങളാണ്.

നിർവാണ അഗ്നിപർവതങ്ങൾ

നിർവാണ അഗ്നിപർവതങ്ങളും (dormant volcano) ലുപ്ത അഗ്നിപർവതങ്ങളും തമ്മിൽ വേർതിരിക്കാൻ അത്ര എളുപ്പമല്ല ചില അഗ്നിപർവതങ്ങൾ പൊട്ടിത്തെറിക്കുന്നതിനിടയിലുള്ള സമയദൈർഘ്യം വളരെയേറെയായതിനാലാണിത്, ഉദാഹരണമായി യെല്ലോസ്റ്റോൺ അഗ്നിപർവതത്തിന്റെ സ്ഫോടനങ്ങൾക്കിടയിലെ സമയം ഏഴ് ലക്ഷം വർഷവും ഇന്തോനേഷ്യയിലെ സുമാത്ര ദ്വീപിലെ ലേക്ക് തോബയുടെത് മൂന്നര ലക്ഷത്തിലധികം വർഷവുമാണ്. ഹെർകുലേനിയം , പോംപേയ് എന്നീ നഗരങ്ങളെ നാമാവശേഷമാക്കിയ എ.ഡി 79ലെ സ്ഫോടനത്തിനു മുൻപേ വെസൂവിയസ് പൂന്തോട്ടങ്ങളും മുന്തിരിത്തോപ്പുകളും നിറഞ്ഞതായിരുന്നുവെന്ന് റോമൻ എഴുത്തുകാർ വർണ്ണിച്ചിട്ടുണ്ട്. 1991ലെ സ്ഫോടനത്തിനു മുൻപേ ഫിലിപ്പൈൻസിലെ മൗണ്ട് പിനാറ്റുബൊഅഗ്നിപർവതത്തിനെപ്പറ്റി സമീപവാസികൾക്ക് അറിവുണ്ടായിരുന്നില്ല. വളരെക്കാലം സുഷുപ്തിയിലാണ്ടിരുന്ന അഗ്നിപർവതങ്ങൾക്ക് ഉദാഹരണങ്ങളാണ് 1995ൽ സജീവമായ കരീബിയൻ ദ്വീപായ മോണ്ട്സെറാറ്റിലെ സൗഫ്രിയെറെ ഹിൽസ്, 8000 ബി. സിക്കുശേഷം 2006 സെപ്റ്റംബറിൽ സജീവമായതും ലുപ്തമാണെന്ന് കരുതിയിരുന്നതുമായഅലാസ്കയിലെ ഫോർപീക്ഡ് മൗണ്ടൻ എന്നിവ.

ലോകത്തെ പ്രധാന അഗ്നിപർവതങ്ങൾ ഏതെല്ലാം ?

അവാചിൻസ്കികൊര്യാക്സ്കി, കാംചക -റഷ്യ
നെവാദോ ദെ കൊളിമ -മെക്സിക്കൊ
മൗണ്ട് എറ്റ്ന, സിസിലി -ഇറ്റലി
ഗാലിരാശ്, നരീനൊ -കൊളംബിയ
മൗണ്ട് ലോആ, ഹവായി -അമേരിക്കൻ ഐക്യനാടുകൾ
മൗണ്ട് മെരാപി, മദ്ധ്യ ജാവ -ഇന്തോനേഷ്യ
മൗണ്ട് നൈരാഗോംഗോ -കോംഗോ
മൗണ്ട് റെയ്നിയർ -വാഷിങ്ടൻ സംസ്ഥാനം, അമേരിക്കൻ ഐക്യനാടുകൾ
സകുരാജീമ, കഗീഷിമ പ്രിഫക്റ്റർ -ജപ്പാൻ

സാൻ മരിയ -ഗ്വാട്ടിമാല
സൻറ്റോറിനി -ഗ്രീസ്
താൽ, ലുസോൺ -ഫിലിപ്പൈൻസ്
ടൈഡെ, കാനറി ദ്വീപുകൾ -സ്പെയിൻ
ഉആവൺ, പാപ്പുവ -ന്യൂ ഗിനിയ
മൗണ്ട് അൺസൻ, നാഗസാക്കി പ്രിഫക്റ്റർ -ജപ്പാൻ
വെസൂവിയസ്, നേപ്പിൾസ് പ്രോവിൻസ് -ഇറ്റലി

ഭൗമഘടന എങ്ങനെയാണ്

ഭൂമിയുടെ ഉപരിതലം ഏതാനും ഉറച്ച ഖണ്ഡങ്ങളായി അഥവാ ടെക്റ്റോണിക് ഫലകങ്ങളായി വിഭജിക്കപ്പെട്ടിട്ടുണ്ട്. ഇവ ദശലക്ഷം വർഷങ്ങൾ കൊണ്ട് ഉപരിതലത്തിൽ കൂടെ പതുക്കെ അവയുടെ സ്ഥാനം മാറുന്നു. ഉപരിതലത്തിന്റെ 71 ശതമാനവും ഉപ്പുജലത്താൽ നിറഞ്ഞ സമുദ്രങ്ങളാണ്, ഉപരിതലത്തിന്റെ ബാക്കിഭാഗം ഭൂഖണ്ഡങ്ങളും ദ്വീപുകളും. പ്രപഞ്ചത്തിൽ ജീവൻ നിലനിൽക്കുന്നതായി അറിയുന്ന ഏകയിടം ഭൂമി മാത്രമാണ്. മനുഷ്യനുൾപ്പെടെ അനേകായിരം ജീവിവർഗങ്ങൾ. ഭൂമിയിൽ ജീവിക്കുന്നുണ്ട്. ഇതിന്റെ ഉപരിതലത്തിൽ ജീവൻ പ്രത്യക്ഷമായത് കഴിഞ്ഞ നൂറുകോടി വർഷങ്ങൾക്കുള്ളിലാണെന്നും അറിയാൻ സാധിച്ചിട്ടുണ്ട്. ജീവൻ രൂപപ്പെട്ടതുമുതൽ ഭൂമിയിലെ ജൈവമണ്ഡലം ഭൗമാന്തരീക്ഷത്തിലും ഇവിടത്തെ അജൈവ വ്യവസ്ഥയിലും വലിയ മാറ്റങ്ങൾക്കു കാരണമായിട്ടുണ്ട്. എയറോബിക് ജീവികളുടെ പെട്ടെന്നുള്ള വർദ്ധനയും ഓസോൺ പാളിയുടെ രൂപപ്പെടലും ഇതിൽപ്പെടുന്നു. ഈ ഓസോൺ പാളിയും ഭൂമിയുടെ കാന്തമണ്ഡലവും ചേർന്ന് പുറത്തുനിന്നും വരുന്ന ഹാനികരമായ

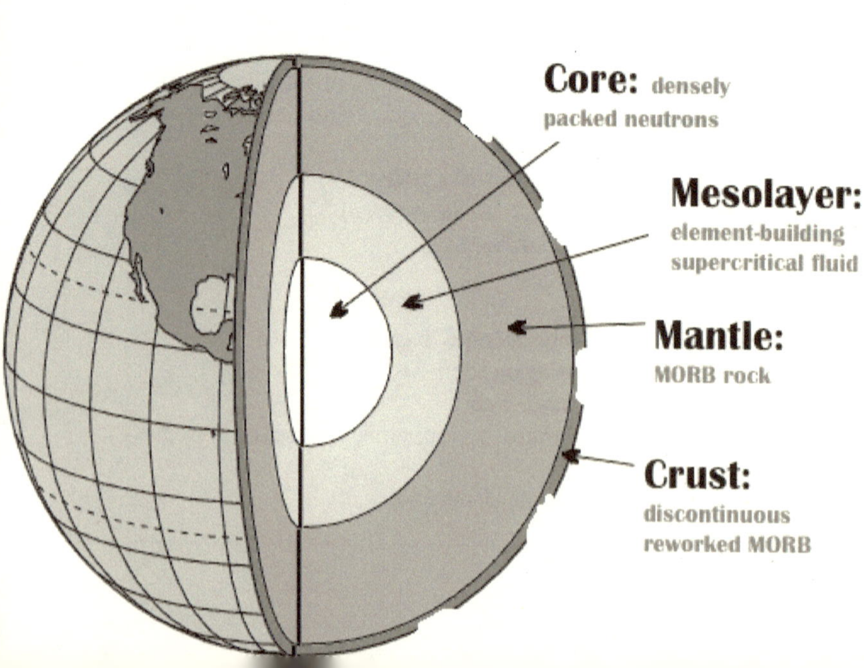

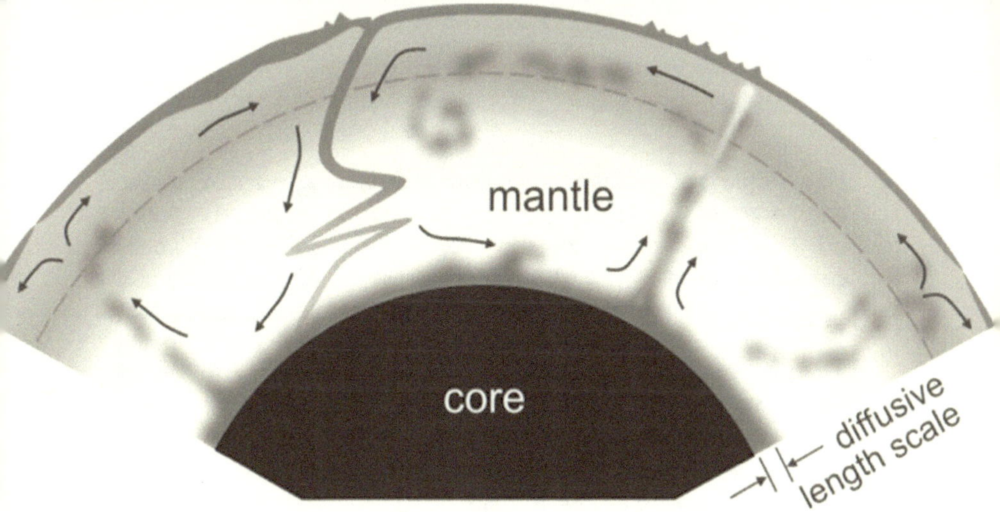

കിരണങ്ങളെ തടയുകയും ഭൂമിയിലെ ജീവന്റെ നിലനിൽപ്പിനെ സഹായിക്കുകയും ചെയ്യുന്നു. ഭൂമിയുടെ ഭൗതികഗുണങ്ങളും അതിന്റെ ഭൂമിശാസ്ത്രപരമായ ചരിത്രവും സൂര്യനുചുറ്റുമുള്ള പരിക്രമണവും ഇക്കാലം വരെയുള്ള ജീവന്റെ നിലനിൽപ്പിനെ സഹായിച്ചു. അടുത്ത 150 കോടി വർഷത്തേക്കു കൂടി ഭൂമിയിൽ ജീവന് സ്വാഭാവികമായ നിലനിൽപ്പ് സാധ്യമാണെന്ന് ശാസ്ത്രലോകം കരുതുന്നു. സൂര്യന്റെ വർദ്ധിച്ചുവരുന്ന തിളക്കം അന്ന് ജൈവമണ്ഡലത്തെ നശിപ്പിക്കുമെന്നതിനാൽ ഈ കാലയളവിനുശേഷം ഭൂമിയിൽ ജീവൻ അവസാനിക്കുമെന്ന് കരുതുന്നു. ളും ഭൂമിയിലെ ജീവനെ നിലനിർത്താൻ സഹായിക്കുന്നതും മറ്റൊരു ഗ്രഹത്തിന്റെ ഉപരിതലത്തിലും കണ്ടെത്താൻ കഴിഞ്ഞിട്ടില്ലാത്തതുമായ ദ്രവജലവും സ്ഥിതിചെയ്യുന്നു. ഭൗമാന്തർഭാഗം സജീവമായ അവസ്ഥയിലാണ്, താരതമ്യേന ഖരാവസ്ഥയിലുള്ള മാന്റിലിനാൽ പൊതിഞ്ഞ് ദ്രാവകാവസ്ഥയിലുള്ള പുറം കാമ്പും അതിനുമുള്ളിൽ ഭൂരിഭാഗവും ഇരുമ്പടങ്ങിയ ഖരാവസ്ഥയിലുള്ള അകക്കാമ്പുമാണുള്ളത്, ഇതിൽ പുറം കാമ്പാണ് കാന്തമണ്ഡലം സൃഷ്ടിക്കുന്നത്.

ഭൂവൽക്കത്തിന്റെ കനം എത്രയാണ് ?

പൂജ്യം മുതൽ 40 കിലോമീറ്റർ വരെ വ്യാപിച്ചിരിക്കുന്ന ബാഹ്യപാളിയാണ് ഭൂവൽക്കം (Earth's Crust). സമുദ്രാന്തർഭാഗത്ത് ആറുകിലോമീറ്റർ വരേയും ഭൂഖണ്ഡങ്ങളിൽ 30 മുതൽ 50 വരെ കി. മീറ്റർ വരെയും ഭൂവൽക്കത്തിന്റെ ഘനം വ്യത്യാസപ്പെട്ടിരിക്കുന്നു. 2. 2 മുതൽ 2. 9 വരെ ഗ്രാം/സെന്റീമീറ്റർ ക്യൂബാണ് ഇവിടത്തെ സാന്ദ്രത.

മാന്റിൽ എന്താണ് ?

പുറക്കാമ്പിനും ഭൂവൽക്കത്തിനും ഇടയിലുള്ള ഏകദേശം 2900 കിലോമീറ്റർ കനമുള്ള ഈ പാളി, ഭൂമിയുടെ വ്യാപ്തത്തിന്റെ 84 ശതമാനം വരും. ഖരപദാർത്ഥങ്ങൾ കൊണ്ട് സമ്പന്നമായ ഈ പാളി ഇരുമ്പിനാൽ സമ്പുഷ്ടമാണ്. അപ്പർ മാന്റിൽ (Upper mantle)എന്ന ഉൾഭാഗം ഭൂവൽക്കത്തിന്റെ അടിവശത്തെ പാളിയായ മോഹോ (MOHO) അഥവാ

Base of the crust ൽ നിന്ന് താഴേയ്ക്ക് ഏകദേശം ഏഴുമുതൽ 410 കി. മീറ്റർ വരെ വ്യാപിച്ചിരിക്കുന്നു. തൊട്ടുതാഴെയായി 410 മുതൽ 660 വരെ കി. മീറ്റർ വ്യാപിച്ചിരിക്കുന്ന ട്രാൻസിഷൻ സോൺ (Trasition Zone) ഉണ്ട്. ഏറ്റവും താഴെയായി 660 മുതൽ 2891 കി. മീറ്റർ വരെ വ്യാപിച്ചിരിക്കുന്ന പാളിയാണ് ലോവർ മാന്റിൽ (lower mantle). മാന്റിലിന്റെ ഏറ്റവും പുറം പാളിയെ ഭൂകമ്പപ്രകമ്പനപ്രവേഗത്താൽ നിർവ്വചിക്കാവുന്നതാണ്. ആൻട്രിജ മൊഹൊറോവിസിക് ആണ് 1909 ൽ ആദ്യമായി ഇതിനെ പഠിക്കുന്നത്. ഈ അതിർത്തിപ്രദേശത്തെ മൊഹൊറോവിസിക് ഡിസ്കണ്ടിന്യുവിറ്റി (Mohorovicic Discontinutiy)അഥവാ മോഹോ എന്നുവിളിക്കുന്നു. അപ്പർ മാന്റിലും ഭൂവൽക്കവും ചേർന്നാണ് 200 കി. മീറ്ററോളം കനമുള്ള ലിത്തോസ്ഫിയർ ഉണ്ടായിരിക്കുന്നത്. ഒലിവിൻ, പൈറോക്സീൻ, സ്പിനൽ ഘടനാ ധാതുക്കൾ, ഗാമറ്റ് എന്നീ മാന്റിൽ പാറയിനങ്ങൾ 410 കി. മീറ്റർ ആഴത്തിൽ ദൃശ്യമാകുന്നു. പെരിഡോറ്റൈറ്റ്(peridotite), ഡ്യൂണൈറ്റ് (dunite), ഇക്ലോഗൈറ്റ് (eclogite)എന്നിവയാണ് മറ്റുപ്രധാനശിലകൾ. 400 കി. മീറ്റർ മുതൽ 650 കി. മീറ്റർ വരെ ആഴത്തിലെത്തുമ്പോൾ ഈ ശിലകൾ മാറി വാഡ്സ്ലേയിറ്റ് (wadsleyite), റിംഗ്വൂഡൈറ്റ് (ringwoodite) എന്നിവ പ്രത്യക്ഷപ്പെടുന്നു. മാന്റിലിൽ ഭൂവൽക്കത്തിനുതൊട്ടുതാഴെ 500 മുതൽ 900 ഥഇ (932 to 1, 652 °F)വരെയാണ് ഊഷ്മനില. അകക്കാമ്പിനുമുകളിൽ ഇത് 4,000 °C (7, 230 °F)വരെ വരുന്നു.

ഭൂമിയുടെ പുറക്കാമ്പ്, അകക്കാമ്പ് എന്നിവ എന്താണ് ?

2900 മുതൽ 5150 വരെ കി. മീറ്റർ വ്യാപിച്ചിരിക്കുന്ന ഭൗമഭാഗമാണ് പുറക്കാമ്പ്. പ്രധാനമായും നിക്കൽ, ഇരുമ്പ് എന്നിവയാൽ നിർമ്മിതമായ ഈ ഭാഗത്തെ ഭൗമസാന്ദ്രത 9. 9 മുതൽ 12. 2g/cm3 ആണ്. ഏറ്റവും താഴ്ന്ന വിസ്കസ് ദ്രവരൂപത്തിലുള്ള ഈ പാളിയ്ക്ക് തൊട്ടുതാഴെയാണ് ഖരരൂപത്തിലുള്ള അകക്കാമ്പ് കാണപ്പെടുന്നത്.

ഭൂമിയുടെ ഏറ്റവും ഉള്ളിലുള്ള പാളിയെയാണ് അകക്കാമ്പ് എന്നു വിളിക്കുന്നത്. ഇതിന്റെ ഒരു ഭാഗം ഇരുമ്പ് പരലുകളാണെന്നു കരുതപ്പെടുന്നു. അകക്കാമ്പിന്റെ ചൂട് സൗരോപരിതലത്തിലെ ചൂടിനോടടുത്ത് 6000 ഡിഗ്രി സെന്റിഗ്രേഡ് ആണെന്നും കരുതപ്പെടുന്നു. ഇവിടത്തെ ഉയർന്ന മർദ്ദം കാരണം അകക്കാമ്പ് ഖരാവസ്ഥയിൽ കാണപ്പെടുന്നു.

ഭൂമിയുടെ ഉൾഭാഗത്ത് ദ്രാവകാവസ്ഥയാണോ ?

ഭൂമിയുടെ ഉപരിതലത്തിന് അടിയിലായി ഉരുകിയതോ പാതി ഉരുകിയതോ ആയ അവസ്ഥയിലുള്ളപാറ, താഴ്ന്ന തിളനിലയുള്ള വാതകങ്ങൾ, പരൽ പദാർഥങ്ങൾ, മറ്റു ഖര വസ്തുക്കൾ ഇവയുടമിശ്രിതത്തെയാണ് മാഗ്മ അഥവാ ദ്രവശില എന്ന് പറയുന്നത്. ഭൂവൽക്കത്തിനടിയിൽശിലാബന്ധിതമായ വലിയ അറകളിൽ കാണപ്പെടുന്ന മാഗ്മ അഗ്നിപർവതങ്ങൾ വഴി പുറത്തേക്കു ചീറ്റപ്പെടുകയോ ഉറച്ച് പ്ലൂട്ടോൺ ശിലകളാവുകയോ ചെയ്യാം. അഗ്നിപർവത വിസ്ഫോടന

സമയത്ത് ഇപ്രകാരം പുറത്തു വരുന്ന മാഗ്മയെയാണ് ലാവ അഥവാ ലാവാപ്രവാഹം എന്ന് പറയുന്നത്

ധ്രുവപ്രദേശങ്ങളിലെ പ്രകാശദീപ്തിയും ഭൂമിയുടെ കാന്തിക മണ്ഡലവും തമ്മിൽ ബന്ധമെന്താണ് ?

ഭൂമിയുടെ കാന്തികധ്രുവങ്ങളിൽ നിന്ന് 18° മുതൽ 23° വരെ അകലെയുള്ള ഉപര്യന്തരീക്ഷമേഖലകളിൽ രാത്രിയുടെ ആദ്യയാമം മുതൽ പ്രത്യക്ഷപ്പെടുന്ന ദീപ്തിപ്രസരത്തെയാണ് ധ്രുവദീപ്തി (ഇംഗ്ലീഷ്: 'Aurora')എന്ന് പറയുന്നത്. ഇത് പച്ച, ചുവപ്പ് നിറങ്ങളിലാണ് സാധാരണ കാണുന്നത്. സൗരക്കാറ്റിൽ നിന്ന് വരുന്ന ചാർജിത കണങ്ങൾ ഭൂമിയുടെ കാന്തികവലയത്തിന്റെ സ്വാധീനത്താൽ ആകർഷിക്കപ്പെടുന്നു. ഈ കണങ്ങൾഭൗമാന്തരീക്ഷത്തിലെ വാതക തൻമാത്രകളുമായി കൂട്ടിയിടിച്ചാണ് ധ്രുവദീപ്തി ഉണ്ടാകുന്നത്. ദക്ഷിണധ്രുവത്തിൽ ഇത്തരത്തിൽ കാണപ്പെടുന്ന പ്രതിഭാസമാണ് അറോറ ഓസ്ട്രേലിസ് (Aurora Autsralis). ഉത്തരധ്രുവത്തിൽ രാത്രി ആകാശത്തുകാണപ്പെടുന്ന ദീപ്തിപ്രസരമാണ് അറോറ ബോറിയാലിസ്(Aurora Borealis).

മിക്കപ്പോഴും ഏതാനും മിനിട്ടുകൾ മാത്രം നീണ്ടുനില്ക്കുന്ന ഈ പ്രകാശധോരണി ചിലപ്പോൾ മണിക്കൂറുകളോളം തുടർന്നു പോവാറുണ്ട്. വിദൂരതയിൽ അഗ്നിജ്വാലപോലുള്ള ഒരു തേജസ്സ് പ്രത്യക്ഷപ്പെടുന്നു. വിവിധ വലിപ്പത്തിലും വർണത്തിലുമുള്ള പ്രകാശനാടകളായി അവ ആകാശത്തിന്റെ ഉച്ചകോടിയിലേക്കു നീളുന്നു. പിന്നെ അവ അങ്ങനെതന്നെ തങ്ങിനിന്നു വെളിച്ചം വിതറും. ചുവപ്പ്, പച്ച, നീല വർണങ്ങളാണ് പ്രധാനമായും ഉണ്ടാവുക. ചിലപ്പോൾ മൂടൽമഞ്ഞുപോലെ തോന്നിക്കുന്ന ഇരുട്ടിന്റെ നേരിയ പാടയിൽ ഈ ദീപ്തിപ്രസരം പാടെ മങ്ങിപ്പോകുന്നു. അല്പസമയത്തിനുശേഷം ഈ

മറ ഭേദിച്ചു വീണ്ടും പ്രകാശം പരക്കുന്നു. അപ്പോൾ ഉലയിലിട്ടു പഴുപ്പിച്ച ഇരുമ്പുപാളിയുടെ ശോഭയായിരിക്കും പ്രകാശവീചികൾക്കുണ്ടാവുക. പ്രഭാതമാകുന്നതോടെ ഈ പ്രകാശം ക്രമേണ വിളറിവെളുത്ത് അന്തർധാനം ചെയ്യുന്നു. തീവ്രതയിലും വർണപ്പകിട്ടിലും പ്രകൃതിയിലും വ്യത്യസ്തമായിട്ടായിരിക്കും ഇവ ആവർത്തിക്കുന്നത്. ഒരേ സ്ഥാനത്തുതന്നെ തുടർന്നു പ്രത്യക്ഷപ്പെടണമെന്നുമില്ല. ഇവ ചന്ദ്രികയുള്ള രാത്രികളിൽ പ്രായേണ മങ്ങിക്കാണപ്പെടും. അറോറാകളിലെ വർണവിശേഷങ്ങളിൽ പ്രമുഖം പച്ചകലർന്ന മഞ്ഞയാണ്. ചിലപ്പോൾ ഇളം നീലയോ ചുവപ്പോ ആയിക്കൂടെന്നില്ല. സൗരപ്രജ്ജ്വാലകളുടെ ആധിക്യമുള്ളപ്പോൾ വർണരാജിയിലെ മുന്തിയ നിറം കടുംചുവപ്പായിരിക്കും. പച്ചകലർന്ന മഞ്ഞയുടെ പശ്ചാത്തലത്തിൽ ചുവപ്പും നീലയും ഇടകലർന്ന നാടകളോടുകൂടിയ തൊങ്ങലുകളാണ് അറോറാപ്രകാശത്തിലെ അത്യന്തം ആകർഷകമായ ദൃശ്യം.

രാത്രിയുടെ ആരംഭത്തിൽത്തന്നെ പ്രഭാവൈചിത്ര്യം പ്രത്യക്ഷപ്പെടുന്നു. എന്നാൽ അർധരാത്രിക്ക് ഒന്നോ രണ്ടോ മണിക്കൂറുകൾക്കു മുൻപാണ് പ്രകാശം ഏറ്റവും തീക്ഷ്ണമാകുന്നത്. വിഷുവ(Equinox) കാലങ്ങൾക്കടുത്ത് അറോറാകളുടെ ആവൃത്തി അധികമായി കാണുന്നു. സൗര ആളലുകൾക്കു (solar flares) ശേഷം അറോറകൾ വളരെ തീവ്രമായിരിക്കുന്നതായും കാണുന്നു. ഉത്തര ദക്ഷിണ ധ്രുവദീപ്തികൾ തമ്മിൽ കാര്യമായ യാതൊരു വ്യത്യാസവുമില്ല. ഭൂമിയുടെ കാന്തികധ്രുവത്തെ ചുറ്റി 23° അകലത്തോളമുള്ള മേഖലയിലാണ് അറോറാ ബോറിയാലിസ് പ്രത്യക്ഷപ്പെടുന്നത്. അറോറാ ആസ്ട്രേലിസ് ആകട്ടെ കാന്തികധ്രുവത്തിന് 18° അകലത്തോളം മാത്രം പ്രത്യക്ഷപ്പെടുന്നു. ഉത്തരാർധഗോളത്തിൽ കാന്തികധ്രുവത്തിന്റെ സ്ഥാനം ഗ്രീൻലൻഡിന്റെ വ. പടിഞ്ഞാറു ഭാഗത്തുള്ള തൂലെ (Thule) ആണ്. അലാസ്ക, ഹഡ്സൺ ഉൾക്കടൽ, ലാബ്രഡോർ, നോർവേ, സ്വീഡൻ, സൈബീരിയയുടെ വടക്കൻതീരം എന്നീ പ്രദേശങ്ങൾ അറോറാ മേഖലയിൽ ഉൾ പ്പെട്ടിരിക്കുന്നു. ദക്ഷിണാർധഗോളത്തിൽ കാന്തികധ്രുവവും അറോറാ മേഖലയും അന്റാർട്ടിക്കയിലാണ്.

കാരണം

ചുവന്ന നിറത്തിലുള്ള ധ്രുവദീപ്തി സൗരപ്രജ്ജ്വാലകളുമായുള്ള ബന്ധം പരിഗണിച്ചാൽ സൂര്യനിൽനിന്നുള്ളകണവികിരണങ്ങളാണ് (corpuscular radiation) ധ്രുവദീപ്തിക്കു ഹേതുവെന്ന് അനുമാനിക്കാം. കാരണം മേല്പറഞ്ഞ സമയാന്തരാളം അടിസ്ഥാനമാക്കി നോക്കുമ്പോൾ കാന്തികവിക്ഷോഭങ്ങൾക്കും അറോറാകൾക്കും നിദാനമാകുന്ന സൗരോത്സർജങ്ങൾ പ്രകാശരശ്മികളോളം വേഗത്തിൽ സഞ്ചരിക്കുന്നില്ല; വിദ്യുത് കാന്തിക (eletcro magnetic) വികിരണംകൊണ്ടല്ല അറോറാകൾ ഉണ്ടാകുന്നതെന്നു സാരം.

അറോറാപ്രകാശത്തിനു ധ്രുവണം (polarisation) സംഭവിച്ചുകാണുന്നില്ല. ഇതിൽനിന്നു പ്രതിപതനമോ, അപവർത്തനമോ

മൂലമുണ്ടാകുന്ന പ്രകാശ വിശേഷമല്ല ധ്രുവദീപ്തിയുടേതെന്നു നിർണയിക്കാം. സ്വയം പ്രകാശികവസ്തുക്കളാണ് അറോറായ്ക്കു ഹേതു. വർണരാജിയുടെ വിശ്ലേഷണത്തിലൂടെ വിവിധ ശാസ്ത്ര കാരന്മാർ ധ്രുവദീപ്തിയുടെ സ്വഭാവം നിർണയിച്ചിട്ടുണ്ട്. പച്ചയും ചുവപ്പും നിറങ്ങൾക്കു നിദാനം അണു ഓക്സിജനാണ്. ചുവപ്പിന്റെയും അവരക്തവർണത്തിന്റെയും മേഖലകളിൽ നൈട്രജൻ തന്മാത്ര കളാണ്. അൾട്രാവയലറ്റ് മേഖലയിൽ നൈട്രജൻ തന്മാത്രകളുടെ മറ്റൊരു വീചിയാണുള്ളത്. അണുഹൈഡ്രജന്റെ സാന്നിധ്യവും തെളിയിക്കപ്പെട്ടിട്ടുണ്ട് (വേഗാഡ്; 1939). ന്യൂട്ടന്റെ കണക്കനുസരിച്ചുള്ള സമയാന്തരാളം സൂര്യനിൽനിന്ന് ഉത്സർജിക്കപ്പെടുന്ന അണുഹൈഡ്രജന് അന്തരീക്ഷത്തിന്റെ അതിർത്തിയോളം സഞ്ചരിച്ചെത്തുന്നതിനു വേണ്ടി വരുന്ന സമയമാണെന്നു മെയ്നെൽ (1950) ഊഹിച്ചു. ബഹിരാകാശത്തിൽ നിന്ന് അന്തരീക്ഷത്തിലേക്കടിഞ്ഞുകയറുന്ന പ്രോട്ടോണുകളാണ് അറോറാകൾക്കു നിദാനമെന്നായിരുന്നു മെയ്നെലിന്റെ സിദ്ധാന്തം. സൂര്യനിൽനിന്നു പ്രസരിക്കുന്ന പ്രോട്ടോണുകൾ സെക്കൻഡിൽ 3, 200 കി. മീ. വേഗത്തിൽ സഞ്ചരിക്കുന്നു. അവയുടെ അന്തരീക്ഷത്തിലേക്കുള്ള നുഴഞ്ഞുകയറ്റം, അന്തരീക്ഷഘടകങ്ങളുടെ തന്മാത്രകളിൽനിന്നും ഇലക്ട്രോണുകളെ മോചിപ്പിക്കുന്നു. ഈ ഇലക്ട്രോണുകൾ വിസർജിക്കുന്ന ചാലകോർജം പ്രകാശോത്സർജനത്തിനു കാരണമാകുന്നതാണ് അറോറാകളെന്നായിരുന്നു മെയ്നെലിന്റെ വിശദീകരണം.

അടുത്തകാലത്ത് സ്പേസ്ഷട്ടിലും ഉപഗ്രഹങ്ങളും നടത്തിയ അന്വേഷണങ്ങൾ അറോറകളെക്കുറിച്ച് കൂടുതൽ അറിവുകൾ ലഭ്യമാക്കിയിട്ടുണ്ട്. സൂര്യനിൽ നിന്നുള്ള കണങ്ങളുടെ, മുഖ്യമായും പ്രോട്ടോണുകളുടെ, പ്രവാഹത്തെ സൗരവാതം എന്നു വിളിക്കുന്നു. ഭൂമിയിലെത്തുന്ന സൗരവാതകണങ്ങളിൽ ഏറിയപങ്കും ഭൂമിക്കു ചുറ്റുമുള്ള കാന്തികമണ്ഡലത്തിൽ (magnetosphere) മന്ദനത്തിനു വിധേയമാവുകയും, അതിനെ മുറിച്ചു കടക്കാൻ കഴിയാതെ ഭൂമിയുടെ വശങ്ങളിലൂടെ പ്രവഹിച്ചുപോവുകയും ചെയ്യുന്നു. എന്നാൽ ഊർജ്ജം കൂടിയ കണങ്ങൾ കാന്തികമണ്ഡലത്തെ തുളച്ചു കടക്കും. ഇത് ഏറെയും സംഭവിക്കുക ഭൂമിയുടെ കാന്തികധ്രുവങ്ങളോടു ചേർന്ന് ഫണൽ രൂപത്തിലുള്ള, കാന്തികബലരേഖകളില്ലാത്ത മേഖലയിലാണ്. ഭൗമോപരിതലത്തിൽനിന്ന് ഏതാണ്ട് 100 കി. മീ. ഉയരത്തിലെത്തുമ്പോൾ ഈ കണങ്ങൾ അന്തരീക്ഷതന്മാത്രകളുമായി കൂട്ടിയിടിച്ച് അവയെ ഉത്തേജിപ്പിക്കുന്നതിന്റെ ഫലമായാണ് പ്രകാശധോരണി ഉണ്ടാകുന്നത്.

ചരിത്രം

പുരാതന യവനപണ്ഡിതന്മാർക്കും റോമാക്കാർക്കും ഈ പ്രകാശ പ്രസരത്തെക്കുറിച്ച് അറിവുണ്ടായിരുന്നു. അരിസ്റ്റോട്ടൽ, പ്ലിനി, സെനേക്കാ എന്നിവർ ഇതേക്കുറിച്ചു വിവരിച്ചിട്ടുണ്ട്. ഉത്തര ധ്രുവീയമേഖലകളിൽ കണ്ടുപോരുന്ന ഈ പ്രകാശവൈചിത്ര്യത്തെ പൗരാണികർ 'അറോറാ ബോറിയാലിസ്' (Aurora Borealis) എന്നു വിളിച്ചു.

ദക്ഷിണധ്രുവ മേഖലയിലെ ദീപ്തിവിശേഷത്തെപ്പറ്റി ആദ്യം സൂചന നല്കിയത് ക്യാപ്റ്റൻ കുക്ക് (1773) ആയിരുന്നു. അദ്ദേഹം അതിനെ 'അറോറാ ആസ്ട്രേലിസ്' (Aurora Autsralis) എന്നു വിളിച്ചു.

വ്യത്യസ്ത ഇനം അറോറകൾ ഏതൊക്കെ ?

അറോറാകളെ പൊതുവേ രണ്ടു വിഭാഗത്തിൽപ്പെടുത്താം: കിരണങ്ങളായി പ്രകാശിക്കുന്നവയും അല്ലാത്തവയും. രണ്ടാമത്തെ വിഭാഗത്തിൽപ്പെട്ടവ സമാംഗചാപങ്ങളുടെ രൂപത്തിൽ പ്രകാശിക്കുന്നവയാണ്. ഇവയിലെ ഏറ്റവും മുകളിലത്തെ ചാപം വിസരിച്ചും താഴത്തെ അരികു വില്ലുപോലെ വളഞ്ഞു വ്യക്തമായും കാണുന്നു. വളരെ ഉയരത്തിൽനിന്നു സ്ഫുരിക്കുന്നതുകൊണ്ടാണ് ഇങ്ങനെ പ്രത്യക്ഷപ്പെടുന്നത്. ഇവയുടെ അടിത്തട്ട് നിലനിരപ്പിൽ നിന്നു കുറഞ്ഞത് 90 കി. മീ. ഉയരത്തിലായിരിക്കും. ഭൂമിയുടെ ഗോളാകൃതി ചെലുത്തുന്ന സ്വാധീനംമൂലം ദൂരെയുള്ള നിരീക്ഷകനു ചാപാകൃതിയിൽ ദൃശ്യമാകുന്നു. മുകളിലേക്കു പോകുന്തോറും ക്രമേണ വിസരിച്ചും കാണാം. ചിലപ്പോൾ ഈ പ്രകാശചാപങ്ങളോരോന്നും തരംഗാകൃതിയിൽ കാണപ്പെടാം; ഇടവിട്ട് തൊങ്ങലുകളെപ്പോലെയുമാകാം.

കാന്തികധ്രുവത്തെ അടിസ്ഥാനമാക്കിയുള്ള ഊർധ്വബിന്ദു (ലിശവേ) വിലേക്ക് അഭിസരിക്കുന്ന രീതിയിലാണ് കിരണരൂപത്തിലുള്ള അറോറാകളിലെ ദീപ്തിപ്രസരണം. ചിലപ്പോൾ കിരണങ്ങൾക്കുപകരം വീചികളായിട്ടായിരിക്കും കാണുന്നത്. കാന്തികഊർധ്വബിന്ദുവിനു ചുറ്റുമായി രൂപംകൊള്ളുന്ന പ്രകാശവലയങ്ങൾ പ്രത്യേക അക്ഷാംശത്തിലുള്ള നിരീക്ഷകന്, ആകാശമധ്യത്ത് അതിദീപ്തമായ ഒരു കിരണമണ്ഡലം (corona) ദൃശ്യമാക്കുന്നു. സൂര്യാസ്തമയത്തോടനുബന്ധിച്ച് ആകാശത്തിന്റെ വടക്കരികിലായി ചാപാകൃതിയിലുള്ള പ്രഭാപുഞ്ജമായാണ് ഇവ ആദ്യം പ്രത്യക്ഷപ്പെടുന്നത്. ക്രമേണ തെക്കോട്ടു നീങ്ങി, ആകാശത്തിന്റെ ഒരു ഭാഗം മുഴുവൻ വ്യാപിക്കുന്നു. കിരണങ്ങളായോ വീചികളായോ പ്രക്ഷിപ്തമാകുന്നത് പിന്നീടാണ്. ഏറ്റവും ദീപ്തിമത്തായ അവസരത്തിൽ കിരണമണ്ഡലം ദൃശ്യമാകുന്നു. ധ്രുവദീപ്തികൾ പ്രത്യക്ഷപ്പെടുന്ന അന്തരീക്ഷമണ്ഡലം ഏതെന്നതിനെപ്പറ്റി ആദ്യം പഠനം നടത്തിയത് സ്റ്റാമർ, വേഗാഡ് എന്നിവരായിരുന്നു. ഏതാണ്ട് 105 കി. മീ. ഉയരത്തിൽ ധ്രുവദീപ്തികളിലെ ഏറ്റവും കൂടിയ തീവ്രത പ്രകടമാകുന്നുവെന്നാണ് സ്റ്റാമറുടെ അഭിപ്രായം. ചാപാകൃതിയിലുള്ള ദീപ്തികൾ 160 കി. മീ. ലേറെ എത്തുന്നില്ല. എന്നാൽ കിരണങ്ങളായി പ്രകാശിക്കുന്നവ 400 കി. മീറ്ററോളം ഉയരത്തിലെത്തുന്നു. ഇവയിൽ ചിലതു ഭൂപ്രച്ഛായയെ അതിക്രമിച്ചു സൂര്യപ്രകാശത്തിന്റെ മേഖലയോളം വ്യാപിക്കുന്നു. നരച്ച പാടലവർണത്തോടെ പ്രകാശിക്കുന്ന ഇവയെ സൗരപ്രകാശിത അറോറാ (Sunlit Aurora) എന്നു പറയുന്നു.

കൾ കൂടുതൽ സ്പഷ്ടമായികാണുന്നു. ചരിവുതലങ്ങൾ സമുദ്രത്തിന്റെ അടിത്തട്ടുവരെ ഒരേരീതിയിൽ തുടർന്നുപോകുന്നു. കുത്തനെ നില കൊള്ളുവാൻ കോറൽ അവശിഷ്ടങ്ങൾക്കു കഴിയുന്നില്ല. ചിലപ്പോൾ ഈ ചരിവുതലങ്ങളിൽ അസ്പഷ്ടമായ തട്ടുകൾ ഉണ്ടാകാറുണ്ട്. അവശിഷ്ടങ്ങൾ ക്രമീകരിക്കപ്പെട്ടരീതിയിലാണ് നിക്ഷിപ്തമായിരിക്കുന്നത്. കൂടുതൽ സൂക്ഷ്മമായ അംശങ്ങളുടെ അടിയലുകൾ ഏറ്റവും ആഴത്തിൽ കാണുന്നു. ലാഗൂണിന്റെ വശത്തെ കോറൽതലം എതിർവശത്തേതിനേക്കാൾ വീതികുറഞ്ഞതാകും. ലാഗൂണിന്റെ അടിത്തട്ടിലേക്കു ചാഞ്ഞിറങ്ങുന്ന ചരിവുതലവും ഉണ്ടായിരിക്കും. ഈ നിതലതലങ്ങൾ ഏകസമാനമാകണമെന്നു നിർബന്ധമില്ല. ഉടവുകളും, കുണ്ടുകളും, കോറൽകൂനകളും, ഇടയ്ക്കിടെയുള്ള സമനിലങ്ങളും ചേർന്ന് തികച്ചും വൈവിധ്യമുള്ള തലങ്ങളാണ് ലാഗൂണുകളുടേത്.

അടോലുകൾ എങ്ങനെയുണ്ടാകുന്നു എന്നതിനെ സംബന്ധിച്ചു സർവസമ്മതമായ ഒരഭിപ്രായം ഇനിയും ഉണ്ടാകേണ്ടതുണ്ട്. സമുദ്രത്തിലെ അഗാധഭാഗങ്ങളിൽ കോറലുകൾ വളരുന്നില്ല. അക്കാരണംകൊണ്ടുതന്നെ അടോലുകളുടെ ഉദ്ഭവത്തിന് അടിസ്ഥാനപരമായ ആവശ്യം സമുദ്രനിരപ്പിൽനിന്നും അധികം ആഴത്തിലല്ലാതെ സ്ഥിതി ചെയ്യുന്ന ജലമഗ്നദ്വീപുകളും പീഠഭൂമികളുമാണെന്നുവരുന്നു. ഇവയുടെ പാർശ്വങ്ങളിൽ നിന്നാണ് അടോലുകളുടെ ഉദ്ഭവത്തിനു നിദാനമായ കോറലുകൾ വളർന്നുപൊങ്ങുന്നത്. ഡാർവിന്റെ സിദ്ധാന്തമനുസരിച്ച് ഇങ്ങനെയുള്ള ദ്വീപുകൾ അധികം ജലനിമഗ്നമാകുന്തോറും കൂടുതൽ കൂടുതൽ കോറലുകൾ വളർന്നുപൊങ്ങുകയും, അവയുടെ നാശം ശൈലസേതുക്കളുടെ ഉത്പത്തിക്കു വഴിതെളിക്കുകയും ചെയ്യുന്നു. നിമഗ്നമാകുന്ന ദ്വീപിന്റെ ഉപരിതലം ലാഗൂണായി മാറുന്നു. കോറലുകളുടെ വളർച്ച പുഷ്ടമല്ലാത്ത ഭാഗങ്ങളെല്ലാം അഴികളും പൊഴികളുമായിത്തീരുന്നു. ഓരോ അറ്റോളും രൂപപ്പെട്ടിട്ടുള്ളത് അനേകായിരം വർഷങ്ങൾകൊണ്ടാണ്.

ഹിമയുഗവുമായി ബന്ധപ്പെടുത്തി യു.എസ്. ഭൂവിജ്ഞാനിയായ റെജിനാൾഡ് ഡാലിയും (1871-1952) ജർമൻ ശാസ്ത്രജ്ഞനായ ആൽബ്രഷ്ട് പെങ്കും (1858-1945) അടോലുകളുടെ ഉദ്ഭവത്തെക്കുറിച്ച് താഴെ കാണുംവിധം സിദ്ധാന്തിക്കുന്നു. ഹിമയുഗത്തിനുശേഷമുള്ള കാലഘട്ടത്തിൽ, സമുദ്രജലത്തിന്റെ ഊഷ്മാവും നിരപ്പും വർധിക്കുന്നതോടെ കോറലുകളുടെ വളർച്ച പ്രോത്സാഹിപ്പിക്കപ്പെടുന്നു; എന്നാൽ ഹിമയുഗത്തിന്റെ ആരംഭത്തിൽ അതിശൈത്യം കാരണവും, ജലനിരപ്പു താഴ്ന്നുപോകുന്നതിനാലും കോറലുകൾ നശിക്കുന്നു. അവയുടെ പുറ്റുകൾ ഛിദ്രിച്ച് കോറൽതിട്ടകളുണ്ടാകുന്നു. ഹിമയുഗങ്ങൾ ആവർത്തിക്കുകയും പിൻവാങ്ങുകയും ചെയ്തതിന്റെ ഫലമായിട്ടാണ് ഇന്നു കാണുന്ന അടോലുകൾ ഉണ്ടായത്. എന്നാൽ മേൽവിവരിച്ചതോ അല്ലാത്തതോ ആയ ഏതൊരു വാദഗതിയും അടോലുകളുടെ ഉദ്ഭവത്തിന്റെ ഏകമാത്ര കാരണമാകുന്നില്ല. ഉദാഹരണമായി, തിരകൾക്ക് കോറൽഭിത്തികളുടെ നിർമ്മാണത്തിലുള്ള പങ്ക് തർക്കമറ്റതാണ്. കോ

റൽ അവശിഷ്ടങ്ങളെ ജലനിരപ്പിൽനിന്നു പത്തടി ഉയരത്തിലോളം നിക്ഷേപിക്കുവാൻ തിരകൾക്ക് ശക്തിയുണ്ട്. അതേസമയം ദ്വീപുകളുടെ നിമജ്ജനം അടോലുകളുടെ വളർച്ചയെ ഭാഗികമായി പ്രോത്സാഹിപ്പിച്ചിട്ടുണ്ടാകാം. ജലനിരപ്പു താഴുന്നതും വളരെയധികം സഹായകമാണ്.

അടോലുകൾ അധികമായി കണ്ടുവരുന്നത് പസിഫിക്, ഇന്ത്യൻ സമുദ്രങ്ങളിലെ ഉഷ്ണപ്രദേശങ്ങളിലാണ്. ഇവ മധ്യരേഖയുടെ ഇരുവശങ്ങളിലുമായി 25ീഅക്ഷാംശം വരെ വ്യാപിച്ചുകിടക്കുന്നു. അറ്റ്ലാന്റിക് സമുദ്രത്തിൽ ബ്രസീലിയൻ തീരത്തിനടുത്തായും ചില അടോലുകൾ സ്ഥിതി ചെയ്യുന്നുണ്ട്.

പവിഴപ്പുറ്റ് ഉണ്ടാകുന്നതെങ്ങിനെ ?

ഭൂമിയിലെ വൈവിധ്യമായതും മനോഹരവുമായ ഒരു ആവാസവ്യവസ്ഥയാണ് പവിഴപ്പുറ്റുകൾ. തീരത്തോട് ചേർന്ന് ആഴം കുറഞ്ഞ കടലിൽ ഇവ കാണപ്പെടുന്നു. ഏകദേശം നൂറോളം ഇനങ്ങളിലുള്ള! ഒച്ചുകൾ, നൂറു കണക്കിന് വിവിധ തരത്തിലുള്ള മൽസ്യങ്ങൾ, ചെറിയ സസ്യങ്ങൾ, വിവിധ തരത്തിലുള്ള കടൽക്കുതിരകൾ തുടങ്ങിയ ലക്ഷക്കണക്കിനുള്ള ജീവികളുടെ ആവാസകേന്ദ്രമാണ് പവിഴപ്പുറ്റുകൾ. അനേകം കോടി, ജീവിക്കുന്നതും മരിച്ചതുമായ കോറലുകളുടെ (Corals) കൂട്ടങ്ങൾ, ഉഷ്ണ മേഖല കടലുകളിൽ യുഗങ്ങൾ കൊണ്ട് അടിഞ്ഞുകൂടി ഉണ്ടായിട്ടുള്ള പവിഴ ദ്വീപുകളുടെ (Coral islands) ചുറ്റുമുള്ള

തടയണകൾ ആണ് പവിഴപ്പാറകൾ (Coral reef). പവിഴ ദ്വീപുകളും അവയെ സംരക്ഷിക്കുന്ന പവിഴപ്പാറ ഉൾപ്പെടെ ഉള്ള ഭൂഭാഗത്തെ അറ്റോൾ (Atoll) എന്ന പേരിൽ അറിയപ്പെടുന്നു. അറബിക്കടലിലെ ലക്ഷദ്വീപുകളും മാലദ്വീപുകളും ഇത്തരം പവിഴപ്പാറകളാൽ ചുറ്റപ്പെട്ടിരിക്കിന്നു . കോറലുകൾ സ്രവിക്കുന്ന കാത്സിയം കാർബോനെറ്റ് ആണ് ഇതിന്റെ മൂല വസ്തു. സമുദ്രത്തിൽ കോളനികളായി ജീവിക്കുന്ന ഫയലം നൈടാറിയ (Phylum :Cnidaria) പോളിപ് (Polyp) സമൂഹമാണ് ഇവ. ഒന്നോ രണ്ടോ മി. മീറ്റർ മാത്രം വലിപ്പമുള്ള ഈ കോറലുകളുടെ ബാഹ്യ കവചങ്ങൾ ഒന്നിച്ചു ചേർന്ന് പവിഴപ്പുറ്റ് ഉണ്ടാകുന്നു.

ഭൂമിയിലെ ഏറ്റവും വൈവിധ്യമുള്ള ആവാസ വ്യവസ്ഥ ഉൾക്കൊള്ളുന്ന പവിഴപ്പാറകളെ, കടലിലെ മഴക്കാടുകൾ എന്നാണ് പൊതുവേ വിളിക്കുന്നത്. കടൽ പരപ്പിന്റെ ഒരു ശതമാനം മാത്രം വരുന്ന പവിഴപ്പാറകളിൽ, സമുദ്രത്തിലെ 25 ശതമാനം ജീവജാലങ്ങളും പാർക്കുന്നു,

പവിഴപ്പുറ്റുകൾ രൂപപ്പെടുന്നതെങ്ങിനെ ?

കടൽ അനിമോണുകളുടെയും ജെല്ലി മൽസ്യങ്ങളുടേയും അടുത്ത ബന്ധുക്കളായ പവിഴപ്പൊളിപ്പുകൾ എന്ന പുഷ്പസദൃശ്യമായ ജീവികളുടെ വിസർജ്ജ്യവസ്തുക്കളും മൃതാവശിഷ്ടങ്ങളും ചേർന്ന് വർഷങ്ങളുടെ പ്രവർത്തനഫലമായി പവിഴപ്പുറ്റുകൾ രൂപം കൊള്ളുന്നു. പവിഴപ്പുറ്റുകളെ കടലിലെ പൂന്തോട്ടം എന്നാണ് വിളിക്കുന്നത്. ഹൃദയമോ, തലച്ചോറോ, കാഴ്ചശക്തിയോ ഇല്ലത്ത പവിഴപ്പൊളിപ്പുകൾക്ക്, കടൽവെള്ളത്തിൽ ആടങ്ങിയിരിക്കുന്ന കാൽസ്യം, ലവണങ്ങൾ എന്നിവയെ സ്വാംശീകരിച്ച് കട്ടി കൂടിയ കാൽസ്യം കാർബണേറ്റാക്കി മാറ്റാൻ

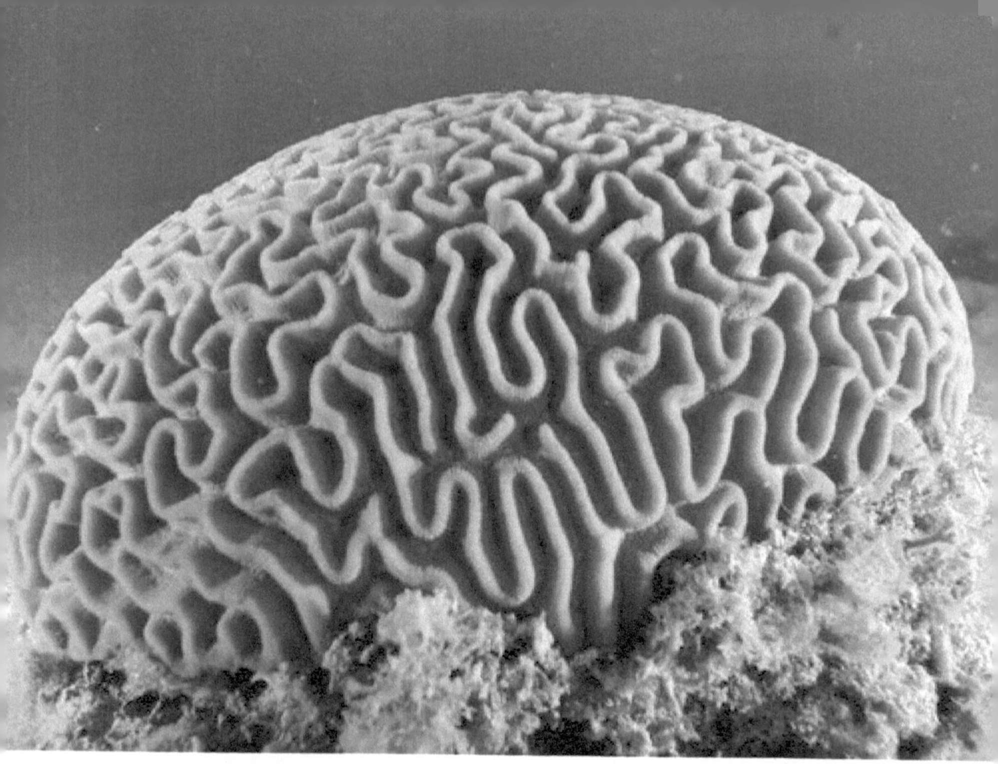

കഴിവുണ്ട്.

പവിഴപ്പുറ്റുകൾക്കു വളരാൻ ചില അനുകൂല സാഹചര്യങ്ങൾ ആവശ്യമുണ്ട്. താപനില (180 മുതൽ 300 വരെ), തെളിഞ്ഞ ജലം, ഉപ്പിന്റെ അളവിലുള്ള സ്ഥിരത എന്നിവയാണവ. 50 മീറ്റർ ആഴത്തിൽ ഇവ വളരുകയുമില്ല. ജലോപരിതലത്തിൽ എത്തുന്നതോടെ വളർച്ച നിൽക്കുകയും ചെയ്യും.

ഭൂമദ്ധ്യരേഖയുടെ 300 വരെയുള്ള പ്രദേശത്തു മാത്രമേ സാധാരണയായി പവിഴപ്പുറ്റുകൾ വളരുന്നുള്ളു. ഇതിനപ്പുറത്ത് കടൽജലത്തിന്റെ താപനില 180ലും താഴെയാകും എന്നതാണ് ഇതിനു കാരണം. .

പ്ലവകാവസ്ഥയിൽ കഴിയുന്ന ലാർവ തീരത്തോട് ചേർന്ന് അധികം ആഴമില്ലാത്ത അടിത്തട്ടിൽ സ്ഥാനം ഉറപ്പിക്കുന്നു. അതിനു ശേഷം കടൽവെള്ളത്തിൽ നിന്നും കാൽസ്യം ശേഖരിച്ച് പുറ്റ് നിർമ്മാണം ആരംഭിക്കുന്നു. പവിഴപ്പുറ്റ് നിരയുടെ നിർമ്മാണത്തിൽ പങ്ക് ചേരുന്ന ഓരോ പവിഴപ്പൊളിപ്പിനും കാൽസ്യം കാർബണേറ്റ് കൊണ്ടുള്ള ഒരു ആവരണം ഉണ്ടായിരിക്കും. ഈ ആവരണങ്ങളുടെ ആകൃതിക്കനുസരിച്ചിരിക്കും അവയ്ക്ക് പേര് ലഭിക്കുന്നത്. സൂസാന്തല്ലെ എന്ന വളരെ ചെറിയ പായലുകൾ പവിഴപ്പുറ്റുകളിൽ വളരുന്നുണ്ട്. ഇവയിൽ നിന്നും പവിഴപ്പുറ്റുകൾക്കവശ്യമായ ഓക്സിജൻ ലഭിക്കുന്നു. അതിനു പകരമായി പായലുകളുടെ വളർച്ചക്ക് ആവശ്യമായ കാർബൺ ഡൈ ഓക്സൈഡ്, മറ്റ് മൂലകങ്ങൾ തുടങ്ങിയവ പവിഴപ്പുറ്റുകൾ നൽകുന്നു. ശക്തിയായി അടിക്കുന്ന തിരമാല, ലവണാംശംകുറഞ്ഞ ജലം,

ജലത്തിന്റെ താപനിലയിലുള്ള വ്യത്യാസം, ലഭിക്കുന്ന സൂര്യപ്രകാശത്തിന്റെ അളവ് , തുടങ്ങിയവ മൂലം പവിഴപ്പുറ്റുകളുടെ നിർമ്മാണ പ്രക്രിയ തടയപ്പെടാറുണ്ട്. ചിലപ്പോൾ ഒരു നിശ്ചിത കാലയളവിലെ വളർച്ചക്ക് ശേഷം അവ താനെ നശിച്ച് പോകാറുമുണ്ട്. അതിലെ ജീവനുള്ള ഭാഗം മാത്രമെ നശിച്ചു പോകാറുള്ളൂ. കാൽസ്യമയമായ അസ്തികൂടം നശിക്കാതെ നിലനിൽക്കും. നിർജ്ജീവമായ പുറ്റുകളിൽ പുതിയ ലാർവകൾ സ്ഥാനമുറപ്പിച്ചു വീണ്ടും പുറ്റുനിർമ്മാണം തുടരുന്നു. ഇങ്ങനെ അനേകായിരം പുറ്റുകൾ ചേർന്നാണ് പവിഴപ്പുറ്റ് നിരകൾ രൂപം കൊള്ളുന്നത്.

വിവിധയിനം പവിഴപ്പുറ്റുകൾ ഏതെല്ലാമാണ് ?

വിവിധ ആകൃതികളിൽ പവിഴപ്പുറ്റുകൾ രൂപം കൊള്ളുന്നു. ഉഷ്ണമേഖലയിലുള്ള കടലുകളിൽ കൂടുതലായും കാണപ്പെടുന്ന പവിഴപ്പുറ്റുകൾക്ക് തലച്ചോറിന്റെ ആകൃതിയാണുള്ളത്. അവയെ ബ്രയിൻ പവിഴപ്പുറ്റുകൾ എന്ന് പറയുന്നു. അവിടെ കാണപ്പെടുന്ന മറ്റൊരുതരമാണ് കാബേജ് പവിഴപ്പുറ്റുകൾ. ഇവയ്ക്ക് പച്ചക്കറിയായ കാബേജിന്റെ ആകൃതിയാണ്. ഇന്ത്യോനേഷ്യയുടെ സമീപത്ത് കാണപ്പെടുന്ന പവിഴപ്പുറ്റിനമാണ് ആങ്കർ പവിഴപ്പുറ്റുകൾ. ഇത്തരം പവിഴപ്പുറ്റുകൾക്ക് നങ്കൂരത്തിന്റെ ആകൃതിയായിരിക്കും. കലമാൻ കൊമ്പ് പോലെയുള്ള പവിഴപ്പുറ്റുകളെ സ്റ്റാഗ് ഹോൺ പവിഴപ്പുറ്റുകൾ എന്ന് പറയുന്നു. കൂടാതെ കൂണിന്റെ ആകൃതിയിലുള്ള മഷ്റൂം, നക്ഷത്രത്തിന്റെ ആകൃതിയിലുള്ള സ്റ്റാർ, ടേബിൾ, ഡേയ്സി, ബ്രാക്കോളി, സോഫ്റ്റ്, ഫയർ, ഓർഗൻ പൈപ്പ് മുതലായ ആകൃതിയിലും പവിഴപ്പുറ്റുകൾ കാണപ്പെടുന്നു.

കടൽ തീരങ്ങളിൽ കടലിനോട് ചേർന്ന് ആഴം കുറഞ്ഞ പ്രദേശങ്ങളിൽ കാണപ്പെടുന്ന പവിഴപ്പുറ്റ് നിരയെ തീരപ്പുറ്റ് (ഫിഷിങ് റീഫ്) എന്ന് പറയുന്നു. ഇവ കിലോമീറ്ററുകളോളം നീളത്തിൽ കാണാം. തീരത്തു നിന്നും ഏതാനും മീറ്ററുകൾ മുതൽ ഒന്നര കിലോമീറ്റർ വരെ കടലിലേക്ക് തള്ളിനിൽക്കുന്ന തീരപ്പുറ്റുകളുണ്ട്. ഇങ്ങനെ വീതിയേറിയ പവിഴപ്പുറ്റുകളിൽ കരയോട് ചേർന്ന ഭാഗം മണ്ണും ചെളിയുമടിഞ്ഞ് ചതുപ്പുപോലെയാകും. ഇവിടെ കണ്ടൽ ചെടികൾ വളർന്ന് കാടു പോലെയാകുന്നതും പതിവാണ്. ചത്തൊടുങ്ങിയ കോറലുകൾ കൊണ്ട് രൂപപ്പെട്ടിട്ടുള്ള താരതമ്യേന ഉറച്ച് പരന്ന ആഴം കുറഞ്ഞ ഈ ഭാഗത്തെ റീഫ് ഫ്ലാറ്റ് എന്ന് വിളിക്കുന്നു. ഇതിന്റെ മുന്നറ്റത്തായി കാണപ്പെടുന്ന വരമ്പുപോലുള്ള ഭാഗമാണ് ജീവനുള്ള കോറലുകൾ കാണപ്പെടുന്ന റീഫ് ക്രെസ്റ്റ്. ഇതിന്റെ ചില ഭാഗങ്ങൾ മുന്നോട്ട് നീളത്തിൽ വളർന്ന് മുനമ്പായി രൂപപ്പെടുന്നു. ഇതിനെ സ്പർ എന്നു വിളിക്കുന്നു. അടുത്ത രണ്ട് മുനമ്പുകൾക്കിടയിൽ പത്തോ പതിഞ്ചോമീറ്റർ വരെ ആഴമുള്ള കിടങ്ങുകളും രൂപപ്പെടാറുണ്ട്. വലിയ മത്സ്യങ്ങളടക്കമുള്ള കടൽജീവികളുടെ ഇഷ്ട താവളമാണ് ഇത്തരം കിടങ്ങുകൾ.

കരയിൽ നിന്നും അകലെ സ്ഥിതിചെയ്യുന്ന പവിഴപ്പുറ്റ് നിരയാണ്

പവിഴരോധിക (Barrier Reef) എന്നു പറയുന്നത്. കരക്കും പവിഴപ്പുറ്റ് നിരക്കും ഇടയിൽ ജലാശയമുണ്ടായിരിക്കും.

നടുക്കടലിൽ പവിഴപ്പുറ്റ് നിരകൾക്ക് നടുക്ക് നീലനിറത്തിൽ ജലാശയം ഉണ്ടായാൽ, അത്തരം പവിഴപ്പുറ്റുകളെപവിഴദ്വീപ് വലയം (Attol) എന്നും പറയുന്നു.

ലോകത്തെ പ്രധാന പവിഴപ്പുറ്റുകൾ ഏവ ?

ലോകത്തിലെ ഏറ്റവും വലിയ പവിഴപ്പുറ്റ് ശെഖരമാണ് ഓസ്ട്രേലിയയിലെ ഗ്രേറ്റ് ബാരിയർ റീഫ്. ഈ പവിഴപ്പുറ്റ് സമൂഹം ഓസ്ട്രേലിയായുടെ വടക്ക് കിഴക്കായി സ്ഥിതിചെയ്യുന്ന ക്യൂൻസ്ലാൻറിന്റെ തീരത്തുള്ള കോറൽ സമുദ്രത്തിൽ സ്ഥിതിചെയ്യുന്നു. ഇവിടെ 3, 000 ൽ അധികം പവിഴപ്പുറ്റുനിരകൾ, 900 ദ്വീപുകൾ എന്നിവ ചേർന്ന് 2600 കിലോമീറ്ററിൽ കൂടുതൽ സ്ഥലത്തായി ഏകദേശം 3, 44, 400 ചതുരശ്ര കിലോമീറ്ററിലായി വ്യാപിച്ചു കിടക്കുന്നു. ഗ്രേറ്റ് ബാരിയർ റീഫ് മറൈൻ പാർക്ക് അതോറിറ്റി എന്ന സംഘടന ഈ പവിഴപ്പുറ്റിനെ സംരക്ഷിച്ചുവരുന്നു. 1981ൽ യുനെസ്കോ ലോകപൈതൃകകേന്ദ്രമായി ഗ്രേറ്റ് ബാരിയർ റീഫിനെ പ്രഖ്യാപിച്ചു. ഇതിന്റെ വലിയൊരു ഭാഗം നാഷണൽ പാർക്ക് ആയി സംരക്ഷിക്കപ്പെട്ടിരിക്കുന്നു. 20, 000 വർഷത്തെ പഴക്കം ഈ പവിഴപ്പുറ്റിനുണ്ട് എന്നാണ് ശാസ്ത്രജ്ഞരുടെ അഭിപ്രായം.

പവിഴപ്പുറ്റുകൾക്ക് നാശമുണ്ടോ?

സുനാമി മൂലമുണ്ടാകുന്ന വലിയ തിരമാലകളുടെ ശക്തമായ പ്രഹരം മൂലം പവിഴപ്പുറ്റുകൾക്ക് നാശം വരാറുണ്ട്. കൂടാതെ നക്ഷത്രമത്സ്യങ്ങൾ ആഹാരമാക്കുന്നതിലൂടെയും പവിഴപ്പുറ്റുകൾക്ക് നാശം സംഭവിക്കുന്നു. ഇവയ്ക്ക് പുറമെ മനുഷ്യർ കടലിൽ തള്ളുന്ന പ്ലാസ്റ്റിക്, കപ്പലുകളിൽ നിന്നും പുറത്തേക്കൊഴുകുന്ന എണ്ണ!, കൗതുകത്തിനായി അക്വേറിയങ്ങളിൽ സൂക്ഷിക്കാനായ് പവിഴപ്പുറ്റുകൾ ശേഖരിക്കൽ എന്നിവ വഴി പവിഴപ്പുറ്റുകൾക്ക് നാശം സംഭവിക്കാറുണ്ട്.
താപനിലയിലുണ്ടാവുന്ന വ്യതിയാനം, കടൽജലത്തിൽ കാർബൺ ഡയോക്സൈഡിന്റെ അളവു കൂടുക, എണ്ണ തുടങ്ങിയ മാലിന്യങ്ങൾ കലരുക എന്നിവയും പവിഴപ്പുറ്റുകളുടെ നാശത്തിനു കാരണമാകുന്നു.

പവിഴപ്പുറ്റുകൾക്കുണ്ടാകുന്ന രണ്ട് രോഗങ്ങളാണ് വൈറ്റ് ബാൻഡ് രോഗവും ബ്ലാക്ക് ബാൻഡ് രോഗവും. ബാക്ടീരിയകളാണ് ഈ രോഗത്തിന് കാരണം. ബ്ലാക്ക് ബാൻഡ് രോഗത്തിൽ രോഗബാധയേറ്റ ഭാഗങ്ങളിലെ പവിഴജീവികൾ നശിച്ച് ആ ഭാഗം കറുത്ത പട്ടപോലെയായി തീരുന്നു. വൈറ്റ് ബാൻഡ് രോഗബാധയേറ്റ ഭാഗം വെളുത്ത പട്ടപോലെയായി തീരും.

ഡാർവിനും പവിഴപ്പുറ്റുകളും എങ്ങനെ ബന്ധപ്പെട്ടിരിക്കുന്നു ?

ലോകത്തിലെ ആദ്യ പവിഴപ്പുറ്റുകൾ ഉടലെടുത്തത് 5000 ലക്ഷം വർഷങ്ങൾക്കു മുൻപാണെന്ന് കരുതപ്പെടുന്നു. പക്ഷേ, ഇന്നു നാം കാണുന്ന പവിഴപ്പുറ്റിന് എണ്ണായിരത്തിലധികം വർഷങ്ങൾ പഴക്കമില്ല. ഭൂമിയിലെ ഏറ്റവും വലുതും പഴക്കം ചെന്നതുമായ ഈ ജീവി വ്യവസ്ഥയുടെ രൂപവത്കരണവും വർഗീകരണവും സംബന്ധിച്ച സിദ്ധാന്തങ്ങൾ ആദ്യമായി മുൻപോട്ടുവച്ചതു ചാൾസ് ഡാർവിനാണ്. 1842 ൽ ഇതുസംബന്ധിച്ച് അദ്ദേഹം രചിച്ച പുസ്തകമാണ് ദി സ്ട്രക്ചർ ആൻഡ് ഡിസ്ട്രിബ്യൂഷൻ ഓഫ് കോറൽ റീഫ് (The tSructure and Ditsribution of Coral Reefs).

പവിഴപുറ്റുകളുടെ ഉപയോഗങ്ങൾ എന്ത് ?

ജൈവവൈവിധ്യത്തിന്റെ കലവറയായ പവിഴപ്പുറ്റുകൾ കൊണ്ട് ധാരാളം ഉപയോഗങ്ങൾ ഉണ്ട്. ഇവ തീരം സംരക്ഷിക്കുന്നതിൽ വലിയ പങ്ക് വഹിക്കുന്നു. ഇന്ത്യയിലെ ലക്ഷദ്വീപു പോലെ ലോകത്തിലെ ഒട്ടനവധി ദ്വീപുകൾ രൂപം കൊണ്ടിരിക്കുന്നത് നിസ്സാരങ്ങളായ പവിഴജീവികളുടെ ദശലക്ഷക്കണക്കിന് വർഷത്തെ അധ്വാനം കൊണ്ടാണ്. കാത്സ്യം കാർബണേറ്റിന്റെ നല്ല ഉറവിടമായ പവിഴപ്പുറ്റുകൾ കുമ്മായനിർമ്മാണത്തിനും മറ്റും ഉപയോഗിക്കുന്നു. കൗതുകവസ്തുക്കളായും ഇവ വിറ്റഴിക്കുന്നു.

• *ചാൾസ് ഡാർവിൻ*

കാലാവസ്ഥയിൽ എൽ നിനോയുടെ പങ്കെന്ത് ?

വർഷങ്ങൾ കൂടുമ്പോൾ സമുദ്രാന്തരീക്ഷങ്ങൾക്ക് സ്വതവേയുള്ള ബന്ധം മാറുന്നതു കൊണ്ടുണ്ടാകുന്ന കാലാവസ്ഥയാണ് എൽ നിനോ (El-nino). കിഴക്കൻ ശാന്തസമുദ്ര പ്രദേശത്ത് പ്രത്യക്ഷപ്പെട്ട് ക്രമേണ ആഗോളതലത്തിൽ പ്രത്യാഘാതങ്ങൾ സൃഷ്ടിക്കാൻ കഴിവുള്ള പ്രതിഭാസമാണിത്. 15 മാസത്തോളം ദുരിതം വിതക്കാൻ എൽ നിനോക്കാവും. ഉണ്ണിയേശുവിനെ സൂചിപ്പിക്കുന്ന 'ശിശു' എന്ന അർത്ഥമാണ് സ്പാനിഷ് ഭാഷയിൽ എൽ നിനോ എന്ന പേരിനുള്ളത്. ഈ പ്രതിഭാസവുമായി ബന്ധപ്പെട്ട് ശാന്തസമുദ്രത്തിന്റെ തെക്കോ അമേരിക്കയോടു ചേർന്നുള്ള ഭാഗങ്ങളിൽ ഉണ്ടാകുന്ന താപവർദ്ധന ക്രിസ്മസിനടുത്ത സമയത്ത് ശ്രദ്ധിക്കപ്പെടുന്നതിനാലാണ് ഈ പേരുണ്ടായത്.

2010 മാർച്ചിന് ശേഷം പെസഫിക്കിൽ 2015ലാണ് എൽനിനോ ശക്തിപ്പെട്ടത്. ലോകത്തെ വിവിധ പ്രദേശങ്ങളിൽ വരൾച്ച ഉണ്ടാകാൻ ഇത് കാരണമാകുന്നു. ദക്ഷിണേന്ത്യയിൽ മൺസൂൺ ദുർബലപ്പെടാനും ഇത് കാരണമാകുന്നു. യൂറോപ്പിൽ ചൂടുകൂടിയ ശരത്കാലത്തിനും, കൂടുതൽ ശൈത്യമേറിയ തണുപ്പുകാലത്തിനുമാണ് എൽനിനോ കാരണമാകുന്നത്. കനത്ത മഴയും ചുഴലിക്കാറ്റും വിതയ്ക്കുന്ന ദുരിതങ്ങൾക്ക് പുറമേ, ലോകത്തിന്റെ പല ഭാഗങ്ങളിലും വൻതോതിലുള്ള വിളനാശത്തിനും കൃഷിയുടെ താളംതെറ്റലിനും എൽനിനോ വഴിവെയ്ക്കും. ഇത് കാർഷിക സമ്പദ്‌വ്യവസ്ഥയ്ക്ക് ലോക തലത്തിലും

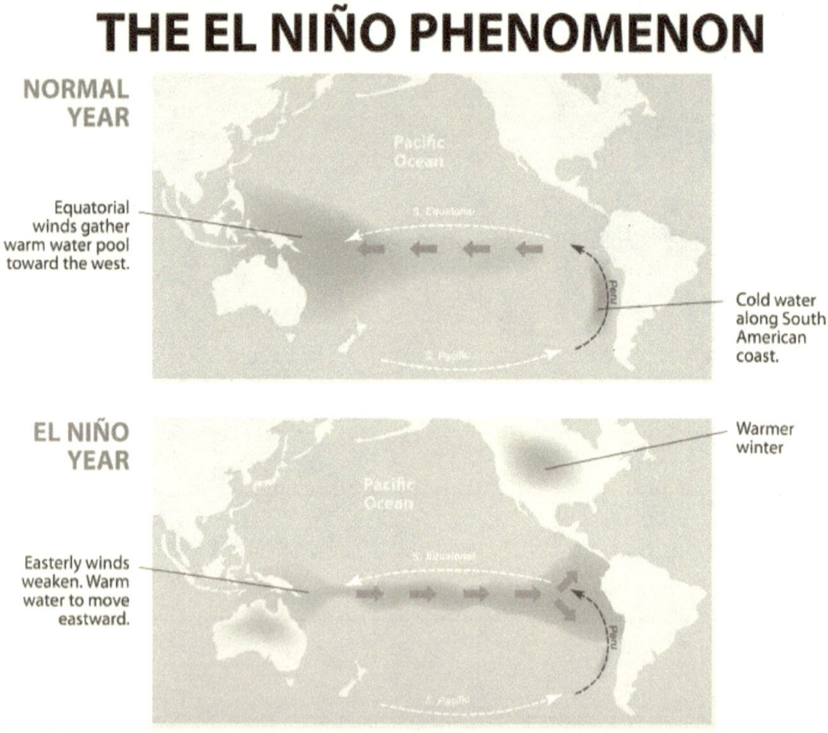

Trade winds

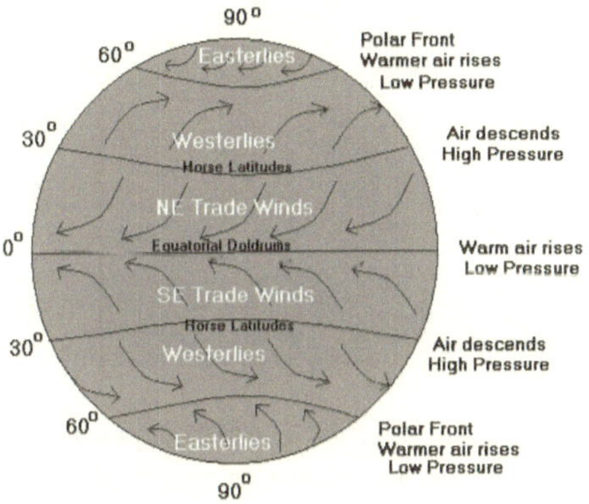

തിരിച്ചടിയുണ്ടാക്കും.

ശാന്തസമുദ്രത്തിൽ കിഴക്കുനിന്ന് പടിഞ്ഞാറേയ്ക്കു സഞ്ചരിക്കുന്ന വാണിജ്യ വാതങ്ങൾ (Trade Winds) സമുദ്രോപരിതലത്തിലെ ചൂടു പിടിച്ച് സാന്ദ്രത കുറഞ്ഞ ജലത്തെ തെക്കേ അമേരിക്കൻ തീരത്തു നിന്ന് ഓസ്ട്രേലിയയുടെയും ഫിലിപ്പൈൻസിന്റെയും തീരങ്ങളിലേക്ക് നയിക്കും. ഇങ്ങനെ പ്രവഹിക്കുന്ന ചൂടുകൂടിയ സമുദ്രജലം മത്സ്യങ്ങളുൾപ്പെടെയുള്ള ജലജീവികളുടെയും നാശത്തിന് കാരണമാകും. മാത്രവുമല്ല, ജലത്തിന്റ ധാതുഘടനയിൽ മാറ്റം ഉണ്ടാക്കുകയും പോഷക മൂല്യങ്ങൾ നഷ്ടപ്പെടുന്നതിനും കാരണമാകും. മത്സ്യസമ്പത്ത് കുറയുന്നതോടെ കടൽ പക്ഷികളുടെ പട്ടിണി മരണത്തിനും ഇത് ഇടയാക്കും.

എൽ നിനോ ഇഫക്ട് എന്നാണീ പ്രതിഭാസത്തിനു പറയുന്ന പേര്. ആഗോള വ്യാപകമായി കാലാവസ്ഥാ ശൃംഖലയുടെ പാറ്റേണുകൾ തകിടം മറിയ്ക്കുന്നതിനും എൽ നിനോ ഇഫക്ട് കാരണമാകുന്നുണ്ട്. 1983ൽ സംഭവിച്ച എൽ നിനോ ഇഫക്ട് ഇൻഡോനേഷ്യയിൽ കടുത്ത ക്ഷാമത്തിനും ദുരന്തങ്ങളുടെ ഒരു ഘോഷയാത്രയ്ക്കു തന്നെയും കാരണമായി. ഓസ്ട്രേലിയയിലെ കാട്ടുതീയും കാലിഫോർണിയയിലെ കൊടുങ്കാറ്റുകളും പേമാരിയും പെറുവിയൻ തീരങ്ങളിലെ ആൻകെവി മത്സ്യത്തിന്റെ ഉന്മൂല നാശവും എൽ നിനോ പ്രതിഭാസത്തിന്റെ അനന്തര ഫലങ്ങളാണ്. 1982-83 കാലയളവിനുള്ളിൽ എൽ നിനോ പ്രതിഭാസം കൊണ്ടുണ്ടായ കാലാവസ്ഥാ വ്യതിയാനം കൊണ്ടുമാത്രം ഭൂമുഖത്താകെ രണ്ടായിരത്തിൽപരം ആളുകൾ മരിക്കുകയും 1200 കോടി ഡോളറിന്റെ നാശനഷ്ടങ്ങളുണ്ടാവുകയും ചെയ്തിട്ടുണ്ട്. 1997–98 കാലയളവിലുണ്ടായ എൽ നിനോ പ്രതിഭാസം കുറേക്കൂടി ഭീകരമായിരുന്നു. അമേരിക്കൻ ഭൂഖണ്ഡങ്ങളെയൊന്നാകെ വെള്ളപ്പൊക്കം വിഴുങ്ങി.

കൊടുങ്കാറ്റുകൾ ചൈനയെ യുദ്ധക്കളമാക്കി. ആസ്ട്രിയ വരണ്ടുണങ്ങി. തെക്കുകിഴക്കൻ ഏഷ്യയും ബ്രസീലും കാട്ടുതീയുടെ വന്യത അനുഭവിച്ചു. ഇന്തോനേഷ്യ നാൽപതു വർഷങ്ങൾക്കിടയിലുണ്ടായ ഏറ്റവും തീവ്രമായ വരൾച്ചയും ക്ഷാമവും നേരിട്ടു. മെക്സിക്കൻ നഗരങ്ങൾ നൂറു വർഷങ്ങൾക്കിടയിൽ ആദ്യമായി മഞ്ഞുമൂടിക്കിടന്നു. ഇന്ത്യൻ മഹാസമുദ്രത്തിലെ മൺസൂൺ കാറ്റുകളുടെ സഞ്ചാരം തടസപ്പെട്ടു. ക്രമം തെറ്റിയ കാലാവസ്ഥയ്ക്കും മേഘസ്ഫോടനത്തെത്തുടർന്നുണ്ടാകുന്ന പേമാരിയ്ക്കും അതു കാരണമായി.

എൽ നിനോയുടെ ശാസ്ത്രം

ഭൗമോപരിതലത്തിന്റെ നാൽപതു ശതമാനം ഭാഗത്ത് വ്യാപിച്ചു കിടക്കുന്ന ശാന്തസമുദ്രത്തിലാണ് ഏറ്റവുമധികം സൂര്യപ്രകാശം ലഭിക്കുന്നത്. സൂര്യപ്രകാശത്തിൽ നിന്നു ലഭിക്കുന്ന ഊർജം താപമായി സമുദ്രജലത്തിൽ സംഭരിക്കപ്പെടുന്നു. ശാന്തസമുദ്രത്തിലെ വാണിജ്യവാതങ്ങൾ പതിവുപോലെ കിഴക്കുനിന്നും പടിഞ്ഞാറേയ്ക്കു വീശുമ്പോൾ സമുദ്രോപരിതലത്തിലുള്ള താപനില കൂടിയ ജലത്തെയും പടിഞ്ഞാറേയ്ക്കു നയിക്കുന്നു. ഈ ജലം സമുദ്രോപരിതലത്തിൽ ഊഷ്മാവ് കൂടിയ ഒരു തടാകം പോലെ രൂപപ്പെടുന്നു. ഇത് ഭൂമധ്യരേഖാ പ്രദേശത്ത് ഒരു പൂർവ–പശ്ചിമ താപവ്യതിയാനത്തിനു കാരണമാകുന്നു. തെർമോക്ളൈൻ ടിൽറ്റ് എന്നാണീ അവസ്ഥയ്ക്കു പറയുന്ന പേര്. സമുദ്രജലത്തിന്റെ താപനിലയിൽ ഇങ്ങനെയുണ്ടാവുന്ന തീവ്രമായ വ്യതിയാനങ്ങളാണ് എൽ നിനോ പ്രതിഭാസത്തിനു കാരണമാകുന്നത്. ആഗോള താപനത്തിനും കാലാവസ്ഥാ വ്യതിയാനത്തിനും എൽ നിനോ കാരണമാകുന്നതുപോലെ ആഗോള താപനത്തിനിടയാക്കുന്ന മറ്റു കാരണങ്ങൾ എൽ നിനോയ്ക്കും കാരണമാകും. ഇവ പരസ്പര പൂരകങ്ങളാണെന്നു പറയാം. കഴിഞ്ഞ 50 വർഷങ്ങൾക്കുള്ളിൽ എൽ

നിനോ ഉണ്ടാകാനുള്ള സാധ്യത 60 ശതമാനം വർധിച്ചിട്ടുണ്ട്. പ്രകൃതി ദുരന്തങ്ങളോടൊപ്പം മലേറിയ, ഡെങ്കിപ്പനി, റിഫ്റ്റ്വാലി ഫിവർ തുടങ്ങിയ മാരകമായ കൊതുകുജന്യ രോഗങ്ങൾ പടർന്നു പിടിക്കുന്നതിനും ഈ പ്രതിഭാസം കാരണമാകുന്നുണ്ട്.

> *രണ്ടു വർഷത്തിലൊരിക്കലാണ് സാധാരണ എൽനിനോയുടെ വരവ്. ഇന്ത്യ, ഇൻഡൊനീഷ്യ, ഓസ്ട്രേലിയ, പെറു തുടങ്ങിയ രാജ്യങ്ങളിൽ കടുത്ത വരൾച്ചക്കിടയാക്കും. തെക്കേ അമേരിക്ക, കിഴക്കൻ ശാന്തസമുദ്ര തീരത്തുള്ള രാജ്യങ്ങൾ എന്നിവിടങ്ങളിൽ കനത്ത വെള്ളപ്പൊക്കത്തിനും കാരണമാകും.*

എൽനിനോ സതേൺ ഓസിലേഷൻ (ENSO - El Niño Southern Oscillation) എന്നാണ് ഈ പ്രതിഭാസത്തിന്റെ പൂർണനാമം. പസഫിക് സമുദ്രത്തിൽ ഭൂമധ്യരേഖാപ്രദേശത്ത് ചൂടുകൂടിയ സമുദ്രജലത്തിന്റെ വിതരണം താളംതെറ്റുന്നതാണ് എൽ നിനോയ്ക്ക് വഴിവെയ്ക്കുന്നത്. ഭൂമധ്യരേഖ പ്രദേശത്ത് കനത്ത ചൂട് വർദ്ധിപ്പിക്കാൻ ഇത് കാരണമാകുന്നു. ഭൂമിയുടെ ഭ്രമണത്തിന്റെ ഫലമായി പസഫിക് സമുദ്രത്തിന്റെ കിഴക്കുനിന്ന് പടിഞ്ഞാറ് ദിശയിലേക്ക് വാണിജ്യവാതങ്ങൾ (Trade winds) വീശാൻ കാരണമാകുന്നു. ഇത് പസഫിക് സമുദ്രത്തിന്റെ പടിഞ്ഞാറൻ ഭാഗത്തെ സമുദ്രോപരിതലത്തിലെ ചൂടുള്ള ജലത്തിന്റെ തള്ളലിന് കാരണമാകുന്നു. ആഴക്കടലിലെ തണുത്ത ജലം പസഫിക് സമുദ്രത്തിന്റെ കിഴക്കൻ മേഖലയിലേക്ക് എത്താൻ കാരണമാകുന്നു. എൽനിനോ കാലത്ത് പടിഞ്ഞാറോട്ട് വീശുന്ന വാണിജ്യവാതങ്ങൾ നിലയ്ക്കുകയോ ദുർബലമാവുകയോ ചെയ്യും. എതിർദിശയിലേക്കുള്ള കാറ്റിന്റെ ശക്തിവർധിക്കും. സമുദ്രോപരിതലം ചൂടുപിടിച്ചിരിക്കുന്നതിനാൽ, കാറ്റിന്റെ ആ തള്ളലിന് വിധേയമായി ചൂടിന്റെ ഒരു പ്രവാഹം പെറുവിന് സമീപത്തേക്കു നീങ്ങുന്നു. സാധാരണഗതിയിൽ തണുത്തിരിക്കുന്ന പെറുവിന്റെ തീരം ചൂടുപിടിക്കുാനും മത്സ്യങ്ങൾ അപ്രത്യക്ഷമാകുാനും ഇത് വഴിവെക്കുന്നു. ഇത് മത്സ്യബന്ധന തൊഴിലാളികളെ പ്രതികൂലമായി ബാധിക്കുന്നു. ക്രിസ്മസ് കാലത്താണ് ഈ ചൂടൻപ്രതിഭാസം പ്രത്യക്ഷപ്പെടുന്നത് എന്നതിനാലാണ് 'ഉണ്ണിയേശു' അഥവാ 'ചെറിയ ആൺകുട്ടി' എന്ന് സ്പാനിഷിൽ അർത്ഥം വരുന്ന 'എൽനിനോ' എന്ന പേര് നൽകിയത്. പെറുവിലെ മുക്കുവരാണ് ഈ പ്രതിഭാസത്തിന് ഈ പേര് നൽകിയത്.

19ാം നൂറ്റാണ്ടിലാണ് ഈ പ്രതിഭാസം മുക്കുവർ തിരിച്ചറിയുന്നത്. എന്നാൽ എൽ നിനോ ശക്തിപ്രാപിച്ചത് 20ാം നൂറ്റാണ്ടിലാണ്. ചരിത്രത്തിലെ ഏറ്റവും വിനാശകാരിയായ എൽനിനോ ശക്തിപ്പെട്ടത് 1997-1998 കാലത്തേതാണ്. ലോകത്താകെ 2100 പേരുടെ മരണത്തിനും 148500 കോടി രൂപയുടെ നാശനഷ്ടങ്ങൾക്കുമാണ് ആ എൽനിനോ കാരണമാണ്

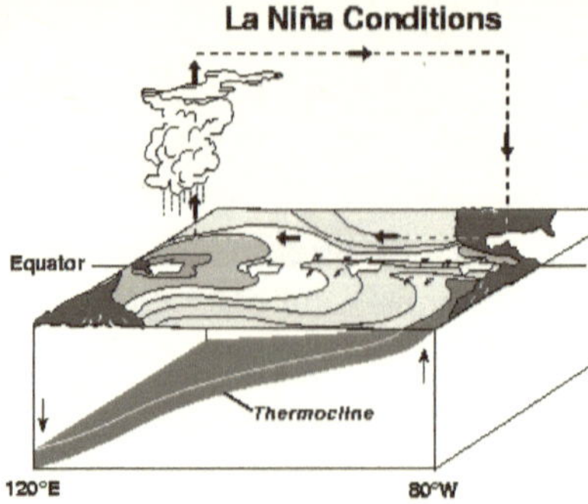

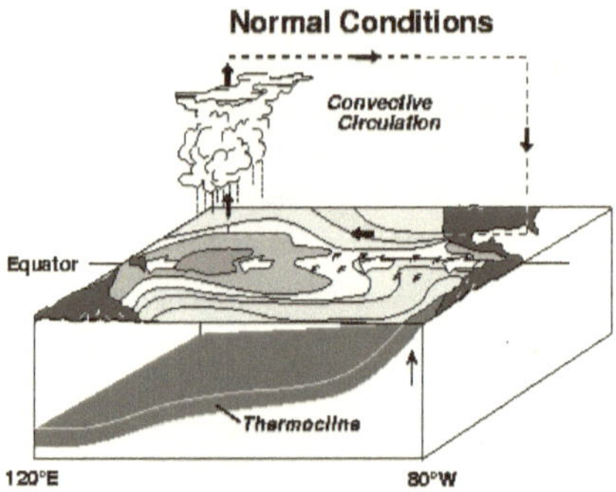

ലാ നിന ഉണ്ടാക്കുന്ന കാലാവസ്ഥാവ്യതിയാനങ്ങൾ എന്തെല്ലാം?

എൽ നിനോയെത്തുടർന്നുണ്ടാകുന്ന പ്രതിഭാസമാണ് ലാ നിന. 'കൊച്ചു പെൺകുട്ടി' എന്നാണ് ഈ വാക്കിന്റെ അർഥം. എൽ നിനോയുടെ വിപരീത പ്രതിഭാസമാണ് ലാ നിന. ഭൂമധ്യ രേഖാപ്രദേശത്ത് ശാന്ത സമുദ്രത്തിലെ ജലത്തിന്റെ താപനില ക്രമാതീതമായി താഴുന്നതാണ് ഈ പ്രതിഭാസം. ആഗോള കാലാവസ്ഥയിലും കടൽ ജലത്തിന്റെ താപ നിലയിലും എൽ നിനോ ഉണ്ടാക്കുന്ന മാറ്റങ്ങൾക്ക് വിപരീതമായാണ് ലാ നീനയുടെ പ്രവർത്തനം. അമേരിക്കൻ ഭൂഖണ്ഡങ്ങളിൽ ശൈത്യ കാലത്തും ഉഷ്ണകാലത്തെന്നപോലെ ഉയർന്ന താപവർധനവിന് ഈ പ്രതിഭാസം കാരണമാകാറുണ്ട്. എൽ നിനോപോലെ നിശ്ചിത ഇടവേ ളകളിൽ ആവർത്തിക്കുന്ന പ്രതിഭാസമല്ല ലാ നിന. അലാസ്കയുടെ യും ഉത്തര അമേരിക്കയുടെയും പടിഞ്ഞാറൻ തീരങ്ങളിൽ കനത്ത മഴയ്ക്കും മഞ്ഞുവീഴ്ചയ്ക്കും കാരണമാകുന്നതുകൂടാതെ അറ്റ്ലാന്റിക് സമുദ്രത്തിലെ ചുഴലിക്കൊടുങ്കാറ്റുകൾക്ക് പതിവിൽ കവിഞ്ഞ തീവ്രത നൽകുന്നതും ലാ നിനയുടെ പ്രവർത്തനങ്ങളാണ്. 2010–11 കാലഘട്ടത്തിലുണ്ടായ ലാ നിനയാണ് ഇതുവരെയുണ്ടായതിൽ വച്ച് ഏറ്റവും ശക്തം. ഓസ്ട്രേലിയയുടെ കിഴക്കൻ തീരങ്ങളെ തകർത്തു കളയാൻ മാത്രം ശക്തമായിരുന്നു ഈ പ്രതിഭാസം. സമുദ്രജലത്തിന്റെ താപനിലയിലുണ്ടാകുന്ന നേരിയ വ്യതിയാനംപോലും വലിയ പ്രകൃതി ദുരന്തങ്ങൾക്കും അനേകം ജീവിവർഗങ്ങളുടെ വംശനാശത്തിനു തന്നെയും കാരണമാകുന്നുണ്ട്. പ്രകൃതി ദുരന്തങ്ങൾക്ക് പലപ്പോഴും

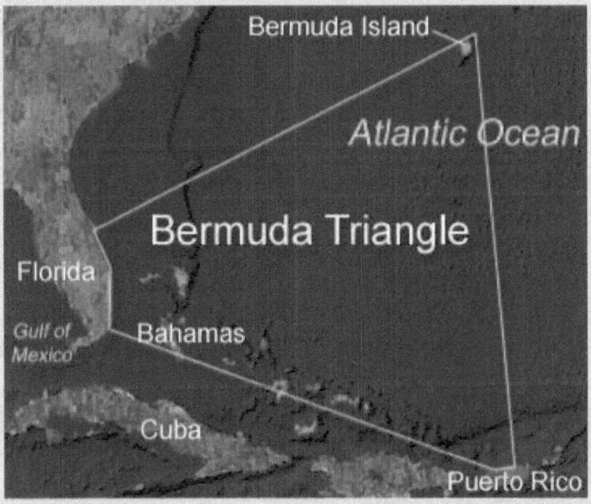

ബെർമുഡ ത്രികോണമെന്നാൽ എന്താണ് ?
ഉത്തര അറ്റ്ലാന്റിക് സമുദ്രത്തിലെ ഒരു പ്രദേശമാണ് ബെർമുഡ ത്രികോണം (Bermuda Triangle). ബെർമുഡ, പോർട്ടോ റിക്കോ, ഫ്ലോറിഡ മുനമ്പ് എന്നീ പ്രദേശങ്ങൾ കോണുകളാക്കിയുള്ള സാങ്കൽപ്പിക ത്രികോണത്തിനുള്ളിലുള്ള പ്രദേശമാണ് ഇപ്രകാരമ റിയുന്നത്. ഏതാണ്ട് 390000 ച. കി. മി വിസ്തീർണ്ണമുണ്ട് ഈ പ്രദേശത്തിന്. ഇവിടെ പല കപ്പലുകളും വിമാനങ്ങളും നിഗൂഢസാഹചര്യങ്ങളിൽ അപ്രത്യ ക്ഷമായിട്ടുണ്ടെന്ന് പറയപ്പെടുന്നു. എന്നാൽ മിക്കവ യും യാഥാർത്ഥ്യവുമായി യാതൊരു ബന്ധവും ഇല്ലാത്തതാണെന്ന് പിൽക്കാലത്ത് മനസ്സിലായി.

ആക്കം കൂട്ടുന്നത് പ്രകൃതിയിലുള്ള മനുഷ്യന്റെ അനിയന്ത്രിതമായ ഇടപെടലുകളാണ്. ആഗോളതാപനത്തിനും കാലാവസ്ഥാ വ്യതി യാനത്തിനുമെല്ലാം മനുഷ്യന്റെ അമിതമായ പ്രകൃതി ചൂഷണവും ഒരു പരിധിവരെ കാരണമാകുന്നുണ്ട്. ഈ നില തുടർന്നാൽ മനുഷ്യ വർഗത്തെ കാത്തിരിക്കുന്നത് വലിയ ദുരന്തം തന്നെയായിരിക്കും

ഭൂമി കുലുങ്ങുമ്പോൾ എന്ത് സംഭവിക്കുന്നു?

ഭൂമിയുടെ ഉപരിതലം അവിചാരിതമായി ചലിക്കുന്നതിന് ഭൂകമ്പം അഥവാ ഭൂമികുലുക്കം എന്നു പറയുന്നു. ഭൂകമ്പങ്ങൾ ദുരന്തകാരണ മാകാറുണ്ട്. ഭൂകമ്പത്തെ കുറിച്ചുള്ള പഠനത്തിന് ഭൂകമ്പ വിജ്ഞാന ശാസ്ത്രം (seismology) എന്നു പറയുന്നു. 1903ൽ ലോക ഭൂകമ്പ

വിജ്ഞാന സമിതി രൂപീകൃതമായി. ഭൂകമ്പത്തെ കുറിച്ചുള്ള ആധികാരിക പഠനങ്ങൾക്ക് ഈ സമിതിയാണ് മേൽനോട്ടം വഹിക്കുന്നത്. 1906 ഏപ്രിൽ 18നു അമേരിക്കയിലെ സാൻഫ്രാസിസ്കോയിലുണ്ടായ ഭൂകമ്പവും, അതിനെ തുടർന്നുണ്ടായ സാൻ ആന്ദ്രിയാസ് ഭ്രംശവുമാണ് ഭൂകമ്പത്തെ കുറിച്ച് കൂടുതൽ വിവരങ്ങൾ നൽകിയത്. ഭൂകമ്പം സൃഷ്ടിക്കപ്പെടുന്ന ബിന്ദുവിന് അധികേന്ദ്രം എന്നു പറയുന്നു. ഇന്ന് ഭൂകമ്പത്തിന്റെ ശക്തി അളക്കാനായി പൊതുവേ റിച്ചർ മാനകം ഉപയോഗിക്കുന്നു. റിച്ചർ മാനകത്തിൽ മൂന്നിനു താഴെയുള്ള ഭൂകമ്പങ്ങൾ ദുരന്തങ്ങൾ സൃഷ്ടിക്കാറില്ല.

ഏതെങ്കിലും സ്ഥലത്ത് വലിയ നാശം വിതയ്ക്കുന്ന ഭൂമി കുലുക്കത്തിന് പ്രധാനാഘാതം (Major Shock) എന്നു പറയുന്നു. പ്രധാനാഘാതത്തിനു മുമ്പായി അധികേന്ദ്രത്തിലും ചുറ്റുമായി ഉണ്ടാകുന്ന ചെറിയ കുലുക്കങ്ങളെ മുന്നാഘാതങ്ങൾ (Fore shock) എന്നു പറയുന്നു. പ്രധാനാഘാതത്തിനു ശേഷമുണ്ടാകാറുള്ള ചെറു ഭൂകമ്പ പരമ്പരയെ പിന്നാഘാതങ്ങൾ (After Shock) എന്നും പറയുന്നു. പിന്നാഘാതങ്ങൾ ചിലപ്പോൾ മാസങ്ങളോളം നീണ്ടു നിൽക്കാറുണ്ട്.

ഭൂചലനത്തിന് കാരണങ്ങൾ എന്തെല്ലാം ?

ഭൂമിയുടെ ഉള്ളിൽ നടക്കുന്ന രണ്ടുതരം കാര്യങ്ങൾ ഭൂകമ്പങ്ങൾക്ക് കാരണമാകാറുണ്ട്.

വിവർത്തന പ്രവർത്തനങ്ങൾ (Tectonic Activities)

അഗ്നിപർവ്വത പ്രവർത്തനങ്ങൾ (Volcanic Activities) എന്നിവയാണവ. ഇവ രണ്ടുമല്ലാതെ അണക്കെട്ടുകൾ ഉണ്ടാക്കുന്നതു പോ

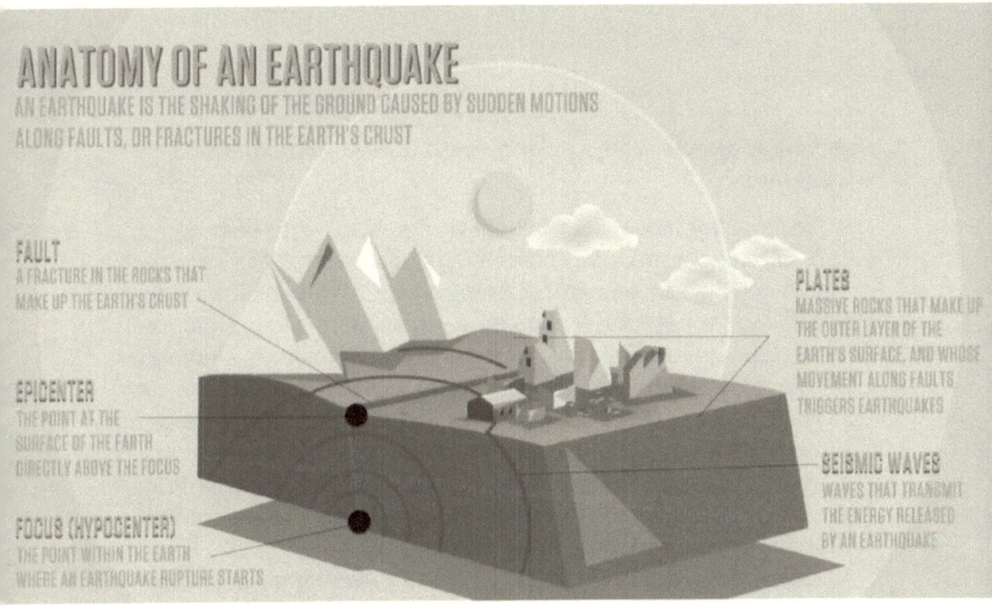

ലുള്ള കടുത്ത സമ്മർദ്ദം ഭൂവൽക്കത്തിലെ ചെറുഭ്രംശരേഖകൾക്ക് താങ്ങാനാവാതെ വരുമ്പോഴും ഭൂമികുലുക്കമുണ്ടാവാറുണ്ട്. ഇത്തരം ചലനങ്ങളെ പ്രേരിത ചലനങ്ങൾ എന്നു വിളിക്കുന്നു. മറ്റു മാനുഷിക പ്രവർത്തനങ്ങളുടെ ഫലമായുണ്ടാകുന്ന (ഉദാ: അണുബോംബ് സ്ഫോടനം, ഖനി പ്രവർത്തനങ്ങൾ) ഭൂവല്ക ചലനങ്ങൾക്ക് ഭൂകമ്പം എന്നു സാധാരണ പറയാറില്ല.

ഭൂമിയുടെ ഉത്ഭവകാലത്ത് കത്തിജ്വലിച്ചുകൊണ്ടിരുന്ന ഭൂമി സാവധാനം തണുത്തുറയുകയുണ്ടായി. ഭൂവല്ക്കം ആദ്യം തണുക്കുകയും അന്തർഭാഗങ്ങളിലേക്ക് സാവധാനം തണുക്കുകയും ചെയ്തു. ഈ പ്രവർത്തനത്തിന്റെ ഫലമായി ഭൂവല്ക്കത്തിന്റെ പലഭാഗങ്ങളിലും ആഴമേറിയ പൊട്ടലുകൾ ഉണ്ടായി. ഇത്തരം പൊട്ടലുകളെ ഭ്രംശ രേഖകൾ എന്നു വിളിക്കുന്നു. ഭൂവല്ക്കത്തിന്റേയും താഴെ ഇന്നും ഉറയാത്ത ശിലാദ്രവങ്ങളുണ്ട് (Magma). അതുകൊണ്ട് ഭ്രംശരേഖകൾക്കിരുപുറവുമുള്ള ഖണ്ഡങ്ങൾ അഥവാ ഫലകങ്ങൾ തിരശ്ചീനമായും ലംബമായും ശിലാദ്രവങ്ങൾക്കു മുകളിലൂടെ തെന്നിനീങ്ങുന്നു. ഇത്തരം തെന്നിനീങ്ങലുകളിൽ ഖണ്ഡങ്ങൾ തമ്മിൽ കൂട്ടിയിടിക്കാറുണ്ട്. തത്ഫലമായുണ്ടാകുന്ന ഭൂഖണ്ഡങ്ങളുടെ ഞെരിഞ്ഞമരലിനാൽ ഉണ്ടാകുന്ന ഇലാസ്തിക ബലം ഊർജ്ജമായി പുറത്തു വരുന്നതുകൊണ്ട് വിവർത്തന ഭൂമികുലുക്കമുണ്ടാവാറുണ്ട്. ഭ്രംശരേഖകൾക്ക് സമീപമുള്ള പ്രദേശങ്ങളിലായിരിക്കും ഇത്തരം ഭൂകമ്പങ്ങൾ ഉണ്ടാവുക.

ഇങ്ങനെയുണ്ടാകുന്ന ഭൂകമ്പങ്ങൾക്ക് ആവർത്തനക്രമമുണ്ട്. ഭ്രംശരേഖകളിൽ ഊർജ്ജം ശേഖരിക്കപ്പെടുന്നതനുസരിച്ചാണിവിടെ ഭൂകമ്പങ്ങളുണ്ടാകുന്നത്. ഭൂഫലകങ്ങളുടെ ചലനം ആർജ്ജവത്തോടെ നടക്കുന്ന പ്രദേശങ്ങളിൽ പെട്ടെന്നു തന്നെ ഫലകങ്ങളുടെ വക്കുകൾ വലിയുകയും പൊട്ടിപ്പോവുകയും ഭൂകമ്പമുണ്ടാവുകയും ചെയ്യുന്നു.

അഗ്നിപർവ്വതങ്ങൾക്കും അണക്കെട്ടുകൾക്കും ഭൂചലനത്തിൽ പങ്കുണ്ടോ ?

അഗ്നിപർവ്വതങ്ങളോടനുബന്ധിച്ചാണ് ഇത്തരം കുലുക്കങ്ങളുണ്ടാകാറ്. തിളച്ചുമറിയുന്ന ശിലാദ്രവത്തിലേക്ക് ഭൂഗർഭ ജലം ഊറിയിറങ്ങാനിടയായാൽ അതു രാസപ്രവർത്തനത്തിനും വിസ്ഫോടനത്തിനും കാരണമാവുന്നു. തത്ഫലമായുണ്ടാകുന്ന ചെറിയ വിടവുകളിലേക്ക് ശിലാദ്രവം ചലിക്കുമ്പോൾ ചുറ്റുമുള്ള ശിലാഖണ്ഡങ്ങൾ ചൂടിനാൽ വികാസസങ്കോചങ്ങൾക്ക് കാരണമാകുന്നു. കൂടാതെ ശിലകൾ കടുത്ത മർദ്ദത്തിനിടയാവുകയും ചെയ്യുന്നു. ഇപ്രകാരമുണ്ടാവുന്ന ഊർജ്ജം ശിലകളിൽ നിന്ന് മോചിക്കപ്പെടുമ്പോളും ഭൂകമ്പമുണ്ടാവാറുണ്ട്. അത്തരം ഭൂകമ്പങ്ങൾക്ക് ഭ്രംശരേഖകളുടെ സാന്നിദ്ധ്യം ആവശ്യമില്ല. വിവർത്തന പ്രവർത്തനങ്ങളെ അപേക്ഷിച്ച് ശക്തികുറഞ്ഞവയായിരിക്കും ഇത്തരത്തിലുള്ള ഭൂകമ്പങ്ങൾ.

അണക്കെട്ടുകളോ കനാലുകളോ ഒക്കെ ഉണ്ടാക്കുന്ന ചലനങ്ങളെ പ്രേരിത ചലനങ്ങൾ (Induced Seimictiy) എന്നു വിളിക്കുന്നു. അണക്കെട്ടുകളും മറ്റും ഭൂഗർഭമർദ്ദത്തിൽ ഉണ്ടാക്കുന്ന മാറ്റങ്ങൾ കാരണമാണ് പ്രേരിത ചലനങ്ങൾ ഉണ്ടാകുന്നത്. പ്രേരിത ചലനങ്ങൾ കാലക്രമേണ ശക്തികുറഞ്ഞ് ഇല്ലാതാവുകയാണ് സാധാരണ ചെയ്യാറ്. ആ പ്രദേശം ഒരു സന്തുലിതാവസ്ഥ പ്രാപിക്കുന്നതോടെയാണിത്. കേരളത്തിൽ ഇടുക്കി, മംഗലം അണക്കെട്ടുകൾ പ്രേരിത ചലനങ്ങൾക്ക് കാരണമാകുന്നതായി കരുതുന്നു. ഇത്തരത്തിലുള്ള നൂറിലധികം സാധ്യതകൾ ലോകമാകമാനം ഉള്ളതായി പറയപ്പെടുന്നു അമേരിക്കയിലെ ലേക് മിഡ് എന്ന പ്രദേശത്ത് 1945ൽ ഉണ്ടായ ഭൂകമ്പം ആണ് ഇത്തരത്തിലുള്ള സാധ്യതയിലേക്ക് ശാസ്ത്രജ്ഞരെ എത്തിച്ചത്.

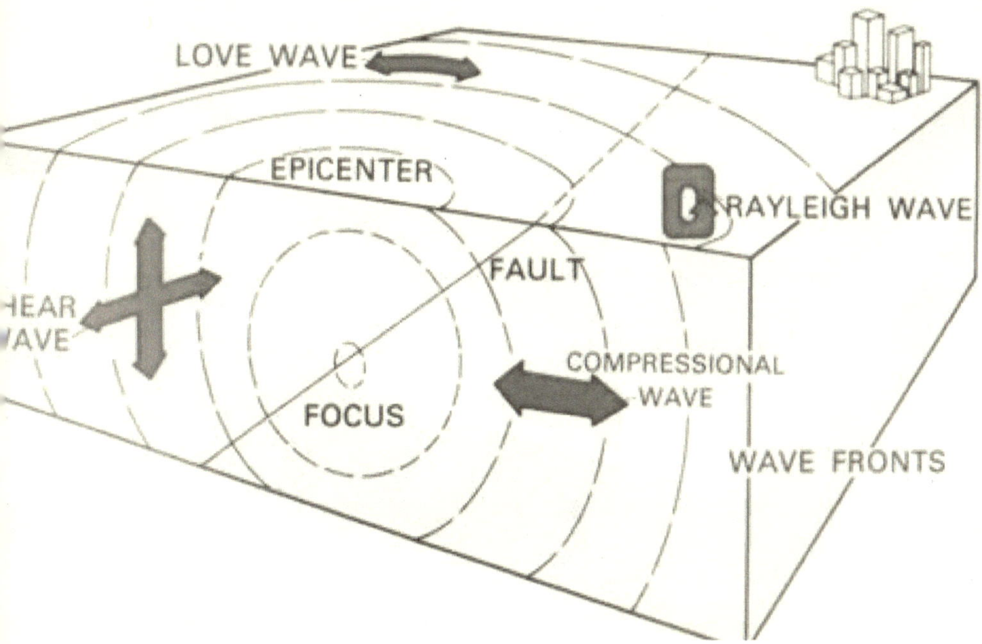

ഭൂകമ്പ തരംഗങ്ങൾ എന്താണ്. ?

ഭൂകമ്പത്തിന്റെ ഊർജ്ജം തരംഗരൂപത്തിലാണ് ഭൂമിയിലൂടെ സഞ്ചരിക്കുന്നത്, ഇത്തരം തരംഗങ്ങൾ പുറപ്പെടുന്ന ബിന്ദുവിനെ ഭൂകമ്പ നാഭി എന്നു വിളിക്കുന്നു. ആ ബിന്ദുവിന് ഏറ്റവുമടുത്ത് ഭൗമോപരിതലത്തിലുള്ള ബിന്ദുവിനെ അധികേന്ദ്രം എന്നും വിളിക്കുന്നു. ഭൗമാന്തർഭാഗത്തിലേക്കും നാനാഭാഗങ്ങളിലേയ്ക്കുമായിരിക്കും ഭൂകമ്പതരംഗങ്ങൾ തൊടുത്തു വിടപ്പെടുക. മൂന്നു തരം തരംഗങ്ങളെങ്കിലും ഭൂകമ്പ നാഭിയിൽ നിന്നും പുറപ്പെടുന്നു.

പ്രാഥമിക തരംഗങ്ങൾ (Primary Waves)
ദ്വിതീയ തരംഗങ്ങൾ (Secondary Waves)
ഉപരിതല തരംഗങ്ങൾ(ഘീീഴശഭൗറശിമഹ ണമ്ലല)
എന്നിവയാണവ.

പ്രാഥമിക തരംഗങ്ങൾ അനുദൈർഘ്യ തരംഗങ്ങളാണ്. കണങ്ങൾ തരംഗദിശക്ക് സമാന്തരമായി (മുന്നോട്ടും പിന്നോട്ടും) ചലിക്കുന്നു. അതുകൊണ്ടുതന്നെ ഖരഭാഗത്തുകൂടിയും ദ്രവഭാഗത്തുകൂടിയും സഞ്ചരിക്കാൻ കഴിയും. ഒരു സെക്കന്റിൽ 8 കിലോമീറ്ററാണ് വേഗത. ഇത്തരം തരംഗങ്ങൾ ഭൗമോപരിതലത്തിലെത്തുമ്പോൾ ചെറിയ ഭാഗം ഊർജ്ജം അന്തരീക്ഷത്തിലേക്കും നിക്ഷേപിക്കാറുണ്ട്. തത്ഫലമായുണ്ടാകുന്ന ശബ്ദം ആവൃത്തികുറവുമൂലം (5 ഹെർട്സ്) മനുഷ്യർക്ക് ശ്രവണാതീതമെങ്കിലും പലമൃഗങ്ങളും ശ്രവിക്കുകയും രക്ഷാനടപടികളെടുക്കുകയും ചെയ്യും.

ഉത്ഭവസ്ഥാനത്തുനിന്നും തുടങ്ങുന്ന ഊർജ്ജപ്രവാഹം തിരമാലകൾ പോലെ വേഗത്തിൽ സഞ്ചരിക്കും. ഭൂമിയുടെ ഉപരിതലത്തിൽ എത്തുമ്പോൾ രൗദ്രഭാവം കൊള്ളും

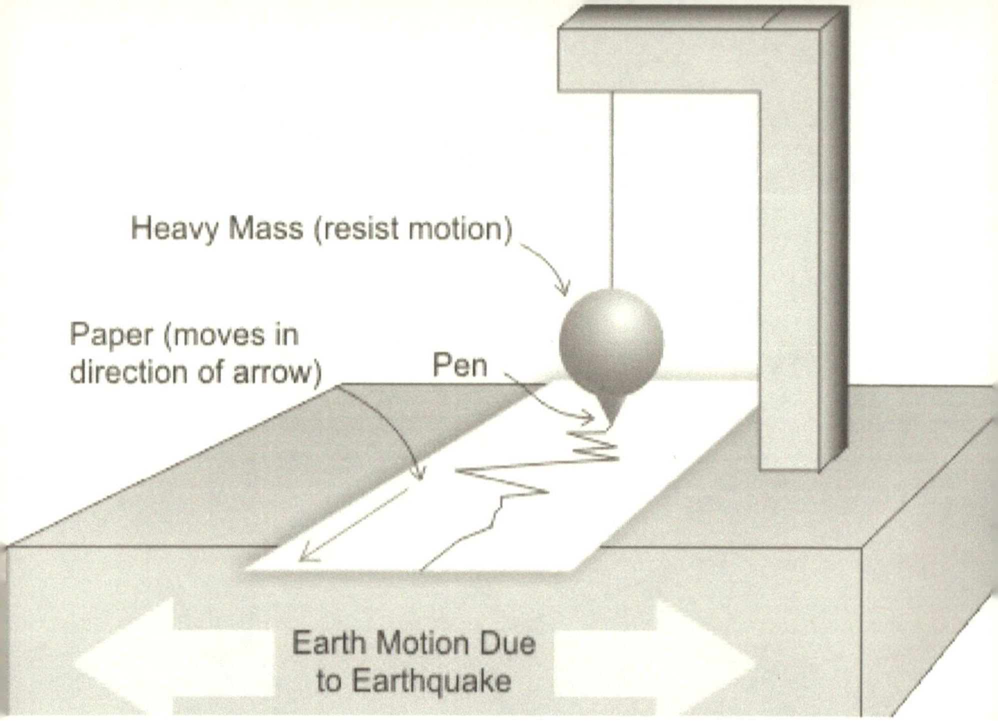

• *ഭൂകമ്പമാപിനി*

ദ്വിതീയ തരംഗങ്ങൾ അനുപ്രസ്ഥ തരംഗങ്ങളാണ് അതുകൊണ്ടുതന്നെ ദ്രവങ്ങളിലൂടെ സഞ്ചരിക്കാൻ കഴിവില്ല. ഖരഭാഗങ്ങളിലൂടെ സെക്കന്റിൽ 5 കിലോമീറ്റർ വേഗത്തിലാവും സഞ്ചാരം. അപകടങ്ങൾ സൃഷ്ടിക്കില്ല.

ഉപരിതല തരംഗങ്ങളാണ് ഭൗമോപരിതലം ചലിപ്പിക്കുന്നത്. സെക്കന്റിൽ 3. 2 കിലോമീറ്റർ വേഗത്തിൽ സഞ്ചരിക്കുന്നു.

ഭൂകമ്പ തരംഗങ്ങളെ സൂക്ഷ്മമായി പഠിക്കുന്നതുമൂലം ഭൂമിയുടെ അന്തർഭാഗത്തെ കുറിച്ചുള്ള പഠനം സാധ്യമാകുന്നു. വ്യത്യസ്ത ഭൂകമ്പതരംഗങ്ങളുടെ വേഗത മാധ്യമങ്ങളുടെ സാന്ദ്രത, ഇലാസ്തികത എന്നിവയനുസരിച്ച് വ്യത്യാസപ്പെട്ടിരിക്കുന്നതിനാലാണിത്. വ്യത്യസ്ത ഭൂകമ്പമാപിനികളിൽ ഈ തരംഗങ്ങൾ എത്തിച്ചേരാനെടുത്ത സമയവ്യത്യാസം കണക്കാക്കി ഭൂകമ്പനാഭിയും അധികേന്ദ്രവും കണ്ടെത്താനും കഴിയും.

കേന്ദ്രബിന്ദുവിൽ നിന്നും പുറത്തേക്കുവരുന്ന പ്രഥമ തരംഗങ്ങൾ ശബ്ദതരംഗങ്ങളോട് സമാനതയുള്ളവയാണ്. ഇവയാണ് ഭൂമികുലുക്കത്തോടനുബന്ധിച്ചുണ്ടാവുന്ന ശബ്ദങ്ങൾക്ക് കാരണം.

ഭൂകമ്പ മാപിനികൾ എങ്ങനെ പ്രവർത്തിക്കുന്നു ?

ഭൂകമ്പങ്ങളുടെ തീവ്രത അളക്കാനുപയോഗിക്കുന്ന ഉപകരണത്തെയാണ് ഭൂകമ്പമാപിനി എന്നു പറയുന്നത്. ഭൂകമ്പമാപിനികളെ രണ്ടായി തിരിച്ചിരിക്കുന്നു.

സീസ്മോസ്കോപ്പുകൾ / സീസ്മോഗ്രാഫുകൾ

സമയസൂചകങ്ങളില്ലാതെ ഭൂകമ്പം മാത്രം രേഖപ്പെടുത്തുന്നവയാണ് സീസ്മോസ്കോപ്പുകൾ. ഭൂകമ്പതരംഗങ്ങളെയെല്ലാം സമയാധിഷ്ഠിതമായി രേഖപ്പെടുത്തുന്നവയെ സീസ്മോഗ്രാഫുകൾ എന്നും വിളിക്കുന്നു ക്രി. പി. 132ൽ ചൈനക്കാരനായ ചാംഗ് ഹെംഗ് നിർമ്മിച്ച ഉപകരണത്തെയാണ് ആദ്യത്തെ ഭൂകമ്പമാപിനായി കണക്കാക്കുന്നത്. ആ ഉപകരണത്തിൽ ആറുദിശകളിൽ വായിൽ ഒരോ ഗോളങ്ങളുമായിരിക്കുന്ന ആറു വ്യാളികളെ ഉറപ്പിച്ചിരിക്കുന്നു. ഏതെങ്കിലും സ്ഥലത്ത് ഭൂകമ്പമുണ്ടായാൽ ആ ദിശയിലുള്ള വ്യാളിയുടെ വായിൽ നിന്നും ഗോളം താഴെ പതിക്കുന്നു ഇത്തരത്തിലായിരുന്നു അതിന്റെ പ്രവർത്തനം. ഈ ഉപകരണമൊരു സീസ്മോസ്കോപ്പാണെന്നു പറയാം. ദൃഢമായുറപ്പിക്കപ്പെട്ട ഒരു അടിത്തറ, ചലനരഹിതമായ പിണ്ഡം, ഒരു ശേഖരണമാധ്യമം എന്നിങ്ങനെയാണ് ഭൂകമ്പമാപിനികളുടെ രൂപം. ആധുനിക സീസ്മോഗ്രാഫുകളിൽ ചലനരഹിത പിണ്ഡത്തിൽ ഒരു പെൻസിലോ ലേസർ സ്രോതസ്സോ ഘടിപ്പിച്ചിരിക്കും. തരംഗങ്ങൾക്കൊപ്പം ശേഖരണമാധ്യമം (പേപ്പർ നാട, ഫോട്ടോഗ്രാഫിക് നാട മുതലായവ) ചലിക്കുമ്പോൾ പിണ്ഡം ചലിക്കില്ല, തത്ഫലമായി ഭൂകമ്പത്തിന്റെ ആവൃത്തി ശേഖരണമാധ്യമത്തിൽ ശേഖരിക്കപ്പെടും. സമയാധിഷ്ഠി

• ചാംഗ് ഹെംഗ്

തമായും നാട ചലിച്ചുകൊണ്ടിരിക്കുന്നതിനാൽ ഈ ചലനം ഒരു ഗ്രാഫ് ആയിട്ടായിരിക്കും രേഖപ്പെടുത്തുക.

ഭൂകമ്പത്തിന്റെ ശക്തി അളക്കാൻ സാധിക്കുമോ ?

പത്തൊമ്പതാം നൂറ്റാണ്ടിന്റെ അന്ത്യത്തോടെ ഭൂമികുലുക്കങ്ങളുടെ തീവ്രത കണ്ടെത്താൻ ലോകവ്യാപകമായി ശ്രമങ്ങളുണ്ടായി. 1880ൽ ഇറ്റാലിയനായ റോസിയും, സ്വിറ്റ്സർലണ്ടുകാരനായ ഫോറലും ചേർന്ന് ഒരു മാനകം കണ്ടെത്തി. ഇതിലുണ്ടായ ന്യൂനതകളൊക്കെയും 1902ൽ ഇറ്റാലിയൻ ഭൂകമ്പശാസ്ത്രജ്ഞനായ മെർക്കാലി പരിഹരിച്ച് ഒരു മാനകം വികസിപ്പിക്കുകയും മെർക്കാലി മാനകം എന്നു പേർ നൽകുകയും ചെയ്തു. ഒന്നു മുതൽ പന്ത്രണ്ടുവരെ അളവുകളാണ് മെർക്കാലി മാനകത്തിലുള്ളത്.

ആധികാരിക പഠനങ്ങൾക്കായി അമേരിക്കനായ ചാൾസ്. എഫ്. റിച്ചർ 1935ൽ കണ്ടുപിടിച്ച മാനകമാണ് റിച്ചർ മാനകം. ഒരു ഭൂകമ്പത്താലുളവാകുന്ന ഊർജ്ജത്തിനെയാണ് റിച്ചർ മാനകത്തിൽ നിർണ്ണയിക്കപ്പെടുന്നത്. ഒരു ലോഗരിതമിക മാനകമായ റിച്ചർ മാനകത്തിൽ ഒന്നു മുതൽ ഒമ്പതു വരെ അളവുകളുണ്ട്. റിച്ചർ മാനകത്തിൽ മൂല്യം കണ്ടെത്താനായി ഉപരിതല തരംഗങ്ങളുടെ ഏറ്റവും കൂടിയ ആവൃതിയും (A), ഭൂകമ്പനാഭിയിലേക്കുള്ള ദൂരവുമറിയണം (?) അതിനുശേഷം, റിച്ചർ മാനക മൂല്യം എന്ന സൂത്രവാക്യമുപയോഗിച്ചു കണ്ടെത്താം.

• *ചാൾസ്. എഫ്. റിച്ചർ*

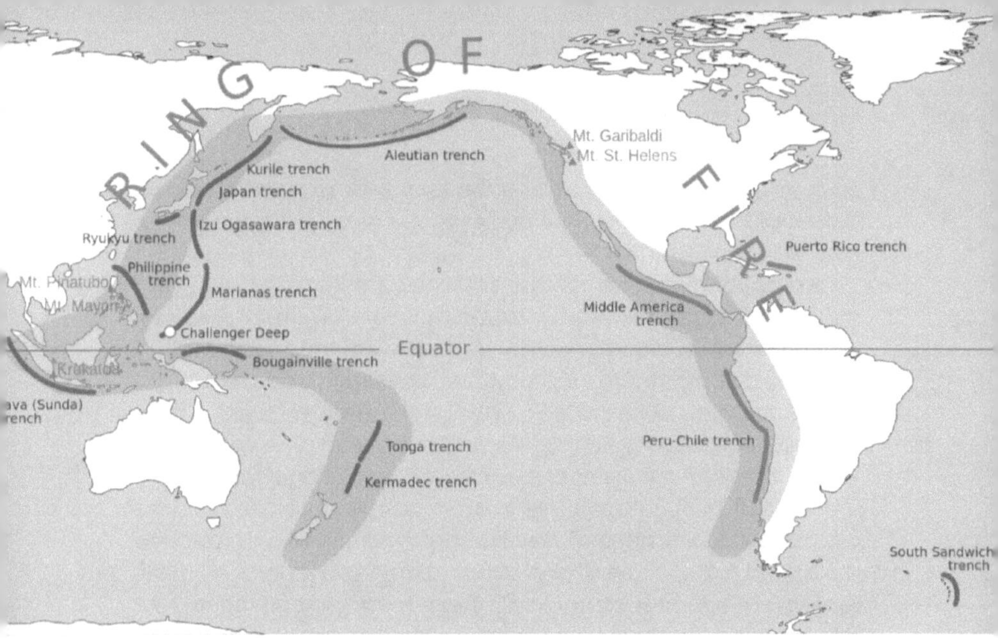

ലോകത്തെ ഭൂകമ്പ ബാധിത പ്രദേശങ്ങൾ ഏതൊക്കെ ?

ഭൂവിജ്ഞാനീയത്തിലുണ്ടായിട്ടുള്ള (Geology) വളർച്ച ഭൂകമ്പങ്ങളേയും അവയുടെ കാരണങ്ങളേയും മനസ്സിലാക്കാൻ ഏറെ സഹായിച്ചിട്ടുണ്ട്. ഭൂഫലകചലനസിദ്ധാന്തപ്രകാരം ഭൂമിയുടെ ഘടന പഠിച്ച ശാസ്ത്രജ്ഞർ വിവർത്തന പ്രവർത്തനങ്ങൾ ഏറ്റവും കൂടുതൽ ഉണ്ടാകാൻ ഇടയുള്ള പ്രദേശങ്ങളെ കണ്ടെത്തിയിട്ടുണ്ട്. ഘടനാപരമായി അസ്ഥിരമായ ഈ പ്രദേശങ്ങൾ ഭൂഫലകങ്ങളിലെ ഭ്രംശരേഖകൾക്കു മുകളിലുള്ള പ്രദേശങ്ങളായിരിക്കും. ഈ പ്രദേശങ്ങളെ അസ്ഥിര ഭൂപ്രദേശങ്ങൾ എന്നു വിളിക്കുന്നു. നാടകളായാണ് (Belts) ഇവയെ കരുതുന്നത്. ഏറ്റവും പ്രധാനപ്പെട്ട മൂന്നു അസ്ഥിര നാടകൾ ഇവയാണ്.

അഗ്നിവലയം (Ring of Fire)

ശാന്തമഹാസമുദ്രത്തിനു വക്കിലായി വടക്കേ അമേരിക്കയുടെ പടിഞ്ഞാറൻ തീരവും ഏഷ്യയുടെ കിഴക്കേതീരവും തെക്കുകിഴക്കൻ ശാന്തസമുദ്രദ്വീപുകളും ന്യൂസിലാന്റും ചേർന്ന ഈ നാട ഭൂകമ്പങ്ങൾ തുടർച്ചയായി ഉണ്ടാകുന്ന കുതിരലാടത്തിന്റെ ആകൃതിയിലുള്ള നാടയാണ്.

- **ആൽപൈൻ നാട**

ദക്ഷിണ ശാന്തസമുദ്രദ്വീപുകളിൽ നിന്ന് ഇന്തോനേഷ്യയിലൂടെ മധ്യേഷ്യൻ പർവ്വതങ്ങളിലൂടെയും ഗ്രീസിലെ കാക്കാസസ്സിലൂടെയും, ഇറ്റലി, സ്പെയിൻ എന്നീ രാജ്യങ്ങളിലൂടെയും പോകുന്ന നാട.

- **അറ്റ്ലാന്റിക് നാട**

അറ്റ്ലാന്റിക് മഹാസമുദ്രത്തിൽ തെക്കുവടക്കായി കിടക്കുന്ന സംവൃത നാടയാണിത്.

ഇത്ര പ്രാധാന്യമില്ലാത്ത നാടകൾ ഒട്ടേറെ ഉണ്ട്. ഇന്ത്യയിൽ ഹിമാല യത്തിലൂടെയും ഗുജറാത്തിലെ കച്ചിലൂടെയും പോകുന്ന മറ്റൊരു ഭ്രംശ നാട ഒരു ഉദാഹരണമാണ്.

ഭൗമോപരിതലത്തിൽ നിന്നും 70 കിലോമീറ്റർ താഴ്ച്ചയ്ക്കുള്ളിൽ ഭൂകമ്പനാഭിയുള്ള ഭൂകമ്പങ്ങളെ 'ആഴം കുറഞ്ഞവ' എന്നു വിളിക്കുന്നു. 70 മുതൽ 300 കിലോമീറ്റർ വരെ ആഴത്തിൽ നിന്നുണ്ടാകുന്നവയെ 'മദ്ധ്യവർത്തി' എന്നാണ് വിളിക്കുന്നത്. അതിലും താഴ്ചയിൽ (300 മുതൽ 700 വരെ കിലോമീറ്റർ) ഉണ്ടാകുന്നവയെ 'അഗാധം' എന്നു വിളിക്കുന്നു. 1920ൽ ഈസ്റ്റ് ഇൻഡീസിലെ ഫ്ലോറസ് കടലിടുക്കിൽ 720 കി. മീ. താഴെ നിന്നുണ്ടായ ഭൂകമ്പമാണ് ഏറ്റവും ആഴത്തിലുണ്ടായ ഭൂകമ്പമായി തിരിച്ചറിഞ്ഞിട്ടുള്ളത്. ഭൂകമ്പങ്ങളിൽ സർവ്വസാധാരണം മദ്ധ്യവർത്തി ഭൂകമ്പങ്ങളാണ്. അഗാധങ്ങളിൽ നിന്നുണ്ടാകുന്നവയേക്കാ ളും മൂന്നിരട്ടിയും, കുറഞ്ഞ ആഴത്തിൽ നിന്നുണ്ടാകുന്നവയുടെ പത്ത് ഇരട്ടിയും ഭൂകമ്പങ്ങൾ മദ്ധ്യവർത്തി വിഭാഗത്തിൽ ഉണ്ടാകുന്നു. അഗാധ വിഭാഗത്തിലെ മുഴുവനും മദ്ധ്യവർത്തി വിഭാഗത്തിലെ 90 ശതമാനവും ആഴം കുറഞ്ഞവയിൽ 75 ശതമാനവും പസഫിക് മഹാസമുദ്രത്തിന്റെ അരികു ചേർന്ന് അഗ്നിവലയം എന്നറിയപ്പെടുന്ന പ്രദേശത്താ ണുണ്ടാകുന്നത്. ആകെ ഭൂചലനങ്ങളിൽ 90 ശതമാനവും, വൻ ഭൂകമ്പങ്ങളിൽ 81 ശതമാനവും ഈ പ്രദേശത്തു തന്നെ

ഭൂകമ്പത്തിന്റെ തുടർഅപകടങ്ങൾ എന്തെല്ലാം ?

ഭൂകമ്പമല്ല, ഭൂകമ്പത്തിനെ താങ്ങാൻ ശേഷിയില്ലാത്ത കെട്ടിടങ്ങളും മറ്റു വാർപ്പുകളുമാണ് അപകടം വരുത്തിവെയ്ക്കുന്നത്. മരങ്ങളും മറ്റും ഭൂകമ്പത്തിൽ സാധാരണ കടപുഴകാറില്ല. കെട്ടിടങ്ങൾക്കും മറ്റു ഘന രൂപങ്ങൾക്കും സാമീപ്യമില്ലാത്ത അന്തരീക്ഷം യാതൊരു അപകടവും വരുത്തി വയ്ക്കില്ല. ഭൂകമ്പത്തിനനുബന്ധമായുണ്ടാകാറുള്ള തീയും

• *സുനാമി*

അപകടകാരിയാണ്. വൈദ്യതിക്കമ്പികളും പൊട്ടിവീണും മറ്റും അപകടം വരുത്തി വെയ്ക്കുന്നു. പ്രധാന ഭൂകമ്പത്തിനു ശേഷമുണ്ടാകാറുള്ള പിന്നാഘാതങ്ങൾ ഭാഗികമായി തകർന്ന കെട്ടിടങ്ങളേയും മറ്റും പൂർണ്ണമായി തകർക്കാറുള്ളതുകൊണ്ട് വലിയ അപകടങ്ങൾ വരുത്തി വെയ്ക്കാറുണ്ട്.

കടൽത്തറയിൽ ഉണ്ടാകുന്ന ഭൂകമ്പങ്ങളുടെ ഫലമായി സൃഷ്ടിക്കപ്പെടുന്നത് കൂറ്റൻ തിരമാലകളാണ് സുനാമി. ഭീമാകാരങ്ങളായ ഇവ ജലഭിത്തികൾ ദീർഘദൂരം സഞ്ചരിക്കുകയും കരയിലേക്കു കയറി നാശനഷ്ടങ്ങളുണ്ടാക്കുകയും ചെയ്യുന്നു. ആഴക്കടലിൽ ഏതാനും അടി മാത്രം ഉയരത്തിൽ മണിക്കൂറിൽ 600800 കി. മീ. വേഗത്തിൽ സഞ്ചരിക്കുന്ന സുനാമികൾ ആഴം കുറഞ്ഞഭാഗങ്ങളിൽ കുറഞ്ഞവേഗത്തിലാവുകയും 50 മീറ്റർ വരെ ഉയരം വയ്ക്കുകയും ചെയ്യുന്നു. കടൽത്തീരത്ത് ഉത്ഭവിക്കുന്ന സുനാമികൾ കരകളെ മുക്കിക്കളയുകയും വലിയ നാശനഷ്ടങ്ങൾ ഉണ്ടാക്കുകയും ചെയ്യുന്നു. കടലിലൂടെ ആയിരക്കണക്കിനു കിലോമീറ്ററുകൾ സഞ്ചരിക്കാൻ കഴിവുള്ള സുനാമികൾ ഉണ്ടാകാറുണ്ട്. 2004 ഡിസംബർ 26നു ഇന്തോനേഷ്യക്കു സമീപം ഉണ്ടായ സുനാമി ഇത്തരത്തിൽ വളരെ ദൂരം സഞ്ചരിക്കുകയും ആഫ്രിക്കയുടെ കിഴക്കൻ തീരങ്ങളിൽ വരെ നാശനഷ്ടങ്ങൾ ഉണ്ടാക്കുകയും ചെയ്തു.

കുന്നുകളുടേയും മറ്റും സമീപം ഭൂകമ്പമുണ്ടാകുമ്പോൾ ഉണ്ടാകാവുന്ന ഒരു ഭീഷണിയാണ് മണ്ണിടിച്ചിൽ. പിന്നാഘാതങ്ങളിൽ കൂടുതൽ കൂടുതൽ മണ്ണിടിച്ചിലുണ്ടാകുന്നത് രക്ഷാപ്രവർത്തനങ്ങളേയും ബാധിക്കുന്നു. ചിലപ്പോൾ ഭൂഗർഭജലനിരപ്പ് ഉയരുകയും മണ്ണിന്റെ കട്ടി നഷ്ടപ്പെടുകയും അങ്ങനെ കെട്ടിടങ്ങളും മറ്റും തകരുകയും ചെയ്യാറുണ്ട്.

ഭൂകമ്പത്തെ തുടർന്ന് നദികളും തടാകങ്ങളും കരകവിയാനും അങ്ങനെ വെള്ളപ്പൊക്കമുണ്ടാകാനുമിടയുണ്ട്. അണക്കെട്ടുകളും മറ്റും തകരുന്നതുമൂലം വൻതോതിലുള്ള നാശനഷ്ടങ്ങളുമുണ്ടായേക്കാം.

ചിലപ്പോൾ ഭൂകമ്പത്തെ തുടർന്ന് നദിയുടെ ഗതി തന്നെ മാറിപ്പോയേക്കാം. സിന്ധു നദീതട സംസ്കാരം അസ്തമിച്ചത് ഇത്തരത്തിൽ സിന്ധുനദിയുടെ ഗതി മാറിയൊഴുകിയതിനെ തുടർന്നാണെന്നു പൊതുവേ വിശ്വസിക്കപ്പെടുന്നു. 1897 അസമിൽ ഭൂമികുലുങ്ങിയപ്പോൾ ബ്രഹ്മപുത്ര ഉൾപ്പെടെയുള്ള നദികളുടെ അടിത്തട്ട് ചെരിയുകയും അവ ഗതിമാറി ഒഴുകുകയും വെള്ളപ്പൊക്കം ഉണ്ടാവുകയും ചെയ്തിട്ടുണ്ട്. 2008ൽ ചൈനയിലുണ്ടായ ഭൂകമ്പത്തിലെ മണ്ണിടിച്ചിലിൽ ചില നദികളിലെ ഒഴുക്ക് തടസ്സപ്പെട്ട് വലിയ തടാകങ്ങൾ രൂപപ്പെട്ടു. ഈ തടാകങ്ങളിലെ ജലനിരപ്പ് ഉയർന്ന് ദ്വിതീയ വെള്ളപ്പൊക്കം ഉണ്ടായി. അപകടങ്ങളെ തടയാൻ കോൺക്രീറ്റ് പോലെ ഭൂകമ്പതരംഗങ്ങൾക്ക് മുന്നിൽ പൊട്ടിപോകുന്ന വസ്തുക്കളൊഴിവാക്കി സ്റ്റീൽ പോലെ ഇലാസ്തികത കൂടുതലുള്ളതും ഊർജ്ജത്തിനെ ആഗിരണം ചെയ്യാൻ കഴിവുള്ളതുമായ വസ്തുക്കളെ ഉപയോഗിച്ച് കെട്ടിടങ്ങൾ നിർമ്മിക്കാനുള്ള സാങ്കേതികവിദ്യകൾ നിലവിലുണ്ട്. ബെൽ ബിൽഡിങ് മുതലായ രീതികളിൽ ഭൂകമ്പ ഊർജ്ജത്തെ കെട്ടിടം ആടുന്നതിനായി ഉപയോഗിക്കാനും അങ്ങനെ കെട്ടിടം തകരാതെ കാത്തു സൂക്ഷിക്കാനും കഴിയുന്നു.

ഭൂകമ്പത്തെ കുറിച്ചുള്ള പഠനവും പ്രവചനവും നടത്തുന്നതെങ്ങിനെ ?

ഭാവി ഭൂചലനങ്ങളിൽ അപകടങ്ങളുടെ ശക്തി കുറക്കാനും, ഭൗമാന്തർ ഭാഗത്തെക്കുറിച്ച് കൂടുതൽ വിവരങ്ങൾ അറിയാനും ഭൂകമ്പ പഠനങ്ങൾ ഇന്നും നടത്തി വരുന്നു. ചരിത്രാതീതകാലത്തേയും രേഖപ്പെടുത്തിയ കാലത്തിലേയും ഭൗമ മാറ്റങ്ങളെക്കുറിച്ചും ഇത്തരത്തിൽ പഠിക്കാൻ കഴിയുന്നു. ഭ്രംശമേഖലകളിലെ ഭൂവിജ്ഞാന വിവരങ്ങൾ ജിയോ ഫിസിക്കൽ സർവേകൾ ഉപയോഗിച്ചും ടൊമോഗ്രാഫിക് സാങ്കേതികവിദ്യവഴിയും മനസ്സിലാക്കുന്നു. ഗ്ലോബൽ പൊസിഷനിങ് സിസ്റ്റം ഉപയോഗിച്ച് ആധാരശിലകളുടെ സ്ഥാനചലനങ്ങൾ മനസ്സിലാക്കി ഭൗമോപരിതലത്തിലെ മർദ്ദവ്യതിയാനം കണ്ടെത്തി ഭൂകമ്പ സാദ്ധ്യത കണ്ടെത്താനും ശ്രമം നടക്കുന്നുണ്ട്.

കൃത്യമായ ഭൂകമ്പ പ്രവചനം മിക്കവാറും അസാദ്ധ്യമാണെങ്കിലും അസംഭവ്യമല്ല. പ്രാഥമിക തരംഗങ്ങളുടെ അന്തരീക്ഷഭാഗം ജന്തുക്കൾക്ക് ശ്രവിക്കാനാവുന്നതിനാൽ ജന്തുക്കളെ നിരീക്ഷിച്ച് ഭൂകമ്പം നേരത്തേയറിയാമെന്ന് ക്രിസ്തുവിനു മുമ്പുതന്നെ ചൈനക്കാർക്കറിയാമായിരുന്നു. എന്നാൽ ശരിയായ ഭൂകമ്പപ്രവചനം എന്നർത്ഥമാക്കുന്നത്, ഭൂകമ്പം നടക്കുന്ന സ്ഥലം, സമയം, തോത് എന്നിവ പ്രവചിക്കുക എന്നതിലാണ്. ഭൗമതരംഗങ്ങളുടെ അവിചാരിതമായ സ്വഭാവവ്യതിയാനവും ഒരു പ്രദേശത്തെ ശിലാഖണ്ഡങ്ങളിലൂടെയുള്ള ഭൂകമ്പതരംഗങ്ങളുടെ പ്രവേഗത്തിലുണ്ടാകുന്ന മാറ്റവും നിരീക്ഷിക്കുന്നതു വഴി ഭൂകമ്പം പ്രവചിക്കാൻ സാധിക്കും. ഒരു ശിലാഖണ്ഡത്തിന്റെ ഇലാസ്തിക സ്വഭാവം വ്യത്യാസപ്പെടുമ്പോൾ അതിലൂടെയുള്ള തരംഗങ്ങളുടെ പ്രവേഗവും

മാറുമെന്ന കാരണം കൊണ്ടാണിത്. 1962ൽ തജിക്കിസ്ഥാനിൽ ഇത്തരമൊരു പ്രവചനം നടന്നിട്ടുണ്ട്. ഭൂകമ്പം നടക്കുന്ന പ്രദേശങ്ങളിലെ ആഴമേറിയ ഗർത്തങ്ങളിൽ നിന്നും വിശിഷ്ടവാതകമായ റെഡോൺ വമിക്കുന്നതായി കണ്ടുവരുന്നു. റേഡിയോ വികിരണ സ്വഭാവമുള്ള ഈ വാതകം എളുപ്പത്തിൽ തിരിച്ചറിയാവുന്നതാണ്. ശിലകളുടെ വൈദ്യുത പ്രതിരോധം അളന്നും പ്രവചനങ്ങൾ സാധിക്കും. ശിലകളിൽ അതിമർദ്ദം ചെലുത്തപ്പെടുമ്പോൾ അവയുടെ പ്രതിരോധം കുറയപ്പെടും. മുന്നാഘാതങ്ങളെ കൃത്യമായി തിരിച്ചറിയാൻ സാധിച്ചാൽ അങ്ങിനേയും പ്രവചനം സാധ്യമാണ്. എങ്കിലും 1975 ഫെബ്രുവരിയിൽ ചൈനയിലെ ഹായ്ചെങ് പ്രവിശ്യയിലുണ്ടായ ഒരേയൊരു ഭൂകമ്പം മാത്രമേ ഇന്നുവരെ ഏറ്റവും കൃത്യമായി മുൻകൂട്ടി പ്രവചിക്കാൻ സാധിച്ചിട്ടുള്ളൂ.

ചാവുകടൽ യഥാർത്ഥമാണോ ?

ഇസ്രായേലിനും ജോർദാനും ഇടയിൽ കരകളാൽ ചുറ്റപ്പെട്ട ഉപ്പുജല തടാകമാണ് ചാവുകടൽ. (Dead Sea) ഭൂമിയിലെ ഏറ്റവും താഴ്ന്നജലാശയമാണ് ഇത്. സമുദ്രനിരപ്പിൽ നിന്ന് 422.83 മീറ്റർ താഴെയാണ് ഇതിലെ ഇപ്പോഴത്തെ ജലനിരപ്പ്. ആണ്ടു പോവില്ല എന്നതാണ് ഈ തടാകത്തിന്റെ ഒരു പ്രത്യേകത. ഇതിന് സമുദ്രത്തേക്കാൾ 8.6 മടങ്ങ് ലവണാംശം കൂടുതലാണ്. വിദഗ്ദരുടെ അഭിപ്രായമനുസരിച്ച് ഇതിന് മെഡിറ്ററേനിയൻ കടലിനേക്കാൾ പത്ത് മടങ്ങ് ലവണാംശമുണ്ട്. ഉയർന്ന അളവിലുള്ള ലവണാംശം കാരണമായി തന്നെ ഈ പ്രദേശം ജന്തുവളർച്ചയെ പോഷിപ്പിക്കുന്നില്ല.

അറബിയിൽ ഇതിനെ അൽബഹർ അൽമയ്യിത്ത് എന്ന് വിളിക്കുന്നു, അത്രയൊന്നു പ്രചാരമില്ലെങ്കിലും ബഹർ ലൂത്ത് എന്നും വിളിക്കപ്പെടുന്നു. ഹീബ്രുവിൽ യാം ഹമെലാഹ് (ഉപ്പിന്റെ കടൽ) അല്ലെങ്കിൽ യാം ഹമാവെത് ('മരണത്തിന്റെ കടൽ') എന്നോ വിളിക്കുന്നു. പ്രാചീന കാലത്ത് യാം ഹമിസ്റാഹി ('കിഴക്കൻ കടൽ') അല്ലെങ്കിൽ യാം ഹഅറവ ('അറവയുടെ കടൽ') എന്നിങ്ങനെ വിളിക്കപ്പെട്ടിരുന്നു. ഗ്രീക്കുകാർ ഇതിനെ ലേക്ക് അസ്ഫാൾട്ടിറ്റെസ് എന്ന് വിളിച്ചു.

ഭൂമിയിലെ കരഭാഗത്തെ ഏറ്റവും താഴ്ന്ന പ്രദേശമാണിത്. 80 കി. മീ. നീളവും 18 കി. മീ. വീതിയും ഉള്ള ഇതിന്റെ വടക്കേ പകുതി ജോർദാനുള്ളതാകുന്നു. തെക്കേ പകുതി ജോർദാനും ഇസ്രായേലിനുമുള്ളതാകുന്നു. എന്നിരുന്നാലും 1967ലെ അറബ്ഇസ്രായേൽ യുദ്ധത്തിനു ശേഷം ഇതിന്റെ പടിഞ്ഞാറൻ ഭാഗത്തെ മുഴുവൻ ഭാഗവും ഇസ്രായേലിന്റെ പക്കലാണുള്ളത്. പടിഞ്ഞാറ് ജൂദായിയുടെയും കിഴക്ക് ജോർദാനിയൻ പീഠഭൂമികളുടെയും ഇടയിൽ ചാവുകടൽ സ്ഥിതിചെയ്യുന്നു. ജോർദാൻ നദിയിൽ നിന്നണ് ചാവുകടലിലേക്ക് വെള്ളമെത്തുന്നത്. ഈ ഭാഗത്തെ ആകെയുള്ള ജല സ്രോതാസായ ജോർദാൻ നദിയിലെ പരമാവധി ജലം കുടിവെള്ളത്തിനും മറ്റും ഉപയോഗിക്കുന്നതുകൊണ്ട് ചാവുകടലിലേക്കുള്ള ജല പ്രവാഹം ഇപ്പോൾ നിലച്ചിരിക്കുകയാണ്. ഇതുമൂലം ചാവുകടലിന്റെ നീളവും വീതിയും കുറഞ്ഞുവരികയാണ്. ഓരോ വർഷവും ജലനിരപ്പിൽ ഏതാണ്ട് ഒരു മീറ്ററോളം കുറവുണ്ടാകുന്നു. 1975 മുതൽ 2009 വരെയുള്ള കാലയളവിൽ കടലിലെ ജലനിരപ്പിൽ 25 മീറ്ററിന്റെ കുറവുണ്ടായിട്ടുണ്ട്

ലവണങ്ങളുടെ അളവ് വളരെ കൂടിയ ഈ തടാകത്തിൽ ജീവജാലങ്ങളുടെ നിലനിൽപ് അസാദ്ധ്യമായതിനാലാണ്ു ചാവുകടൽ എന്നു പേർ ലഭിച്ചത്. വലിപ്പം വളരെ അധികമാണെന്നതിനാൽ കടൽ എന്ന് വിളിക്കുന്നു.

മഹാറിഫ്റ്റ് മലയോരം എന്ന് വിശേഷിപ്പിക്കപ്പെടുന്ന ഭൂമിയുടെ ഉപരിതലത്തിലുള്ള ഒരു നീണ്ട ചുഴിയിലാണ് ചാവുകടലിന്റെ സ്ഥാനം. 6000 കി.മീ. നീളമുള്ള ഈ മഹത്തായ വിടവ് അഥവാ മഹാറിഫ്റ്റ് മലയോരം ടർക്കിയിലെ ടോറസ് മലനിരകൾ മുതൽ ദക്ഷിണാഫ്രിക്കയിലെ സാംബേസി വരെ നീണ്ടു കിടക്കുന്ന ഒന്നാണ്.

സമുദ്രത്തിന്റെ നിറം

ജലം സൂര്യവെളിച്ചത്തിലെ ചുവപ്പ് വർണ്ണത്തെ ആഗിരണം ചെയ്യുന്നതുകൊണ്ട് മറ്റെല്ലാ ജലശേഖരങ്ങളേയും പോലെ സമുദ്രവും ചെറിയതോതിൽ നീല നിറം പൂണ്ടാണ് സാധാരണയായി കാണപ്പെടുന്നത്. അതുകൊണ്ട് തെളിഞ്ഞ ആകാശമുള്ള സമയങ്ങളിൽ സമുദ്രത്തിന്റെ നിറം പൊതുവേ നീലയാണെന്നാണ് പറയാറുള്ളത് . പക്ഷേ ആകാശത്തിൽ വരുന്ന വർണ്ണവ്യതിയാനങ്ങൾ സമുദ്രത്തിലും താൽക്കാലികമായ നിറംമാറ്റങ്ങൾ ഉണ്ടാക്കാറുണ്ട്. പ്രഭാതത്തിലും സന്ധ്യക്കും പകൽസമയത്തും കടലിന്റെ നിറം വ്യത്യസ്തമായിരിക്കും.

എന്നാൽ പ്രാദേശികമായി കടൽജലത്തിൽ ആധിക്യം സ്ഥാപിക്കുന്ന ജൈവ/രാസവസ്തുക്കളുടെ നിറങ്ങൾക്കനുസരിച്ച് അവിടങ്ങളിൽ കടലിനും സ്ഥിരമായ നിറഭേദം കാണാറുണ്ട്.

ഉദാഹരണങ്ങൾ:

ചൈനക്കും കൊറിയക്കും ഇടയിലുള്ള പസഫിക്ക് സമുദ്രത്തിന്റെ ഭാഗമായ മഞ്ഞക്കടലിന് (yellow sea) നിറം മഞ്ഞയാണ്. നദികൾ ഇവിടേക്കു വൻതോതിൽ ഒഴുക്കി കൊണ്ടു വരുന്ന മഞ്ഞ നിറത്തിലുള്ള ചെളിയും എക്കൽ മണ്ണുമാണിതിനു കാരണം.

കരിങ്കടലിലെ (Black sea) ജലത്തിൽ പ്രാണവായുവിന്റെ സാന്നിദ്ധ്യം വളരെ കുറവാണ് അതേസമയം ആൽഗളുടെ സാന്നിധ്യമാവട്ടെ കൂടുതലും. ഇതാണ് കറുപ്പുനിറത്തിനു കാരണം.

ചെങ്കടലിനു (Red sea) ചുവപ്പു നിറം നൽകുന്നത് അവിടത്തെ ജലോപരിതലത്തിൽ കാണപ്പെടുന്ന കടൽക്കളകളും ചിലതരം സയനൊബാക്ടീരിയകളുമാണ്.

ഭൂമിക്ക് കാന്തിക മണ്ഡലം ഉണ്ടോ ?അത് എങ്ങനെയാണ് വിന്യസിച്ചിരിക്കുന്നത് ?

ശാസ്ത്രീയമായി നോക്കുകയാണെങ്കിൽ ഭൂമി ഒരു കാന്തമാണ്. അതിന്റെ കാന്തിക മണ്ഡലം ഗ്രഹത്തിലാകെ വ്യാപിച്ചു കിടക്കുന്നു. സാധാരണ ഒരു കാന്തത്തെ പോലെ ഭൂമിക്കും നോർത്ത് സൗത്ത് പോളുകൾ ഉണ്ട്. ഒരു വടക്കുനോക്കി യന്ത്രം കൊണ്ട് തന്നെ ഇത് കണ്ടെത്താവുന്നതാണ്.

ഭൗമധ്രുവങ്ങളിലൂടെ കടന്നുപോകുന്ന നേർരേഖയാണ് ഭൗമ അച്ചുതണ്ട്. ഭൂമിയുടെ, ഭ്രമണത്തിനുള്ള അച്ചുതണ്ടാണിത്. . ഇത് അച്ചുതണ്ട് എന്നും അറിയപ്പെടുന്നു.

ഉത്തരദക്ഷിണ ധ്രുവങ്ങൾക്കും ലംബമായ തലത്തിലൂടെയാണ് ധ്രുവാംശരേഖകൾ കടന്നുപോകുന്നത്.

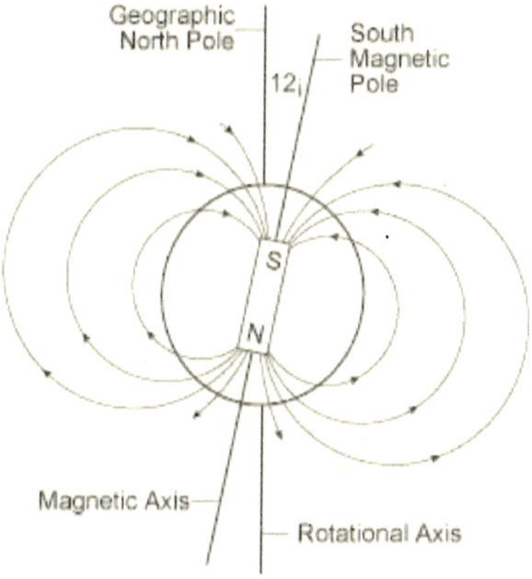

ഭൗമ അക്ഷത്തിന്റെ ലംബതലത്തിൽ ഭൂമിയുടെ ഉപരിതലത്തിലുള്ള ഒരു വൻവൃത്തമാണ് ഭൂമദ്ധ്യരേഖ. ഭൂമദ്ധ്യരേഖയിലൂടെ കടന്നുപോകുന്ന എല്ലാ ബിന്ദുക്കളും ഭൗമധ്രുവങ്ങളിൽ നിന്ന് തുല്ല്യ അകലത്തിലായിരിക്കും.

- *ഭൂമിയുടെ കാന്തിക ധ്രുവങ്ങളിലൂടെ കടന്നുപോകുന്ന നേർരേഖയാണ് കാന്തിക അക്ഷം.*
- *കാന്തിക ധ്രുവാംശരേഖകൾ ഭൂകാന്തത്തിന്റെ ഉത്തരദക്ഷിണ ധ്രുവങ്ങളിലൂടെ ലംബദിശയിലായിരിക്കും കടന്നുപോകുന്നത്.*
- *കാന്തിക അക്ഷത്തിന് ലംബമായ തലത്തിലുള്ള ഭൗമോപരിതലത്തിലെ ഒരു വൻ വൃത്തമാണ് കാന്തിക ധ്രുവം.*

കാന്തിക ഭൂമദ്ധ്യരേഖയിലെ എല്ലാ ബിന്ദുക്കളും കാന്തിക ധ്രുവങ്ങളിൽ നിന്ന് തുല്ല്യ അകലത്തിലായിരിക്കും.

ഒരു പ്രത്യേക സ്ഥലത്തെ കാന്തിക ധ്രുവരേഖയ്ക്കും, ഭൂമദ്ധ്യരേഖയ്ക്കും ഇടയിലുള്ള കോണളവാണ് ആ പ്രദേശത്തെ ചരിവ്. അതൊരു സ്ഥലത്ത് നിന്ന് മറ്റൊരു സ്ഥലത്തേക്ക് മാറിക്കൊണ്ടിരിക്കുന്നു. തുല്ല്യ ചരിവുള്ള പ്രദേശങ്ങളെ ബന്ധിപ്പിച്ച് ഭൂപടങ്ങളിൽ വരയ്ക്കുന്ന രേഖകളെ (സമകോണിത) ഐസോഗോണിക് രേഖകൾ എന്നു പറയുന്നു. ഒട്ടും തന്നെ ചരിവില്ലാത്ത (സീറോ ഡിക്ലിനേഷൻ) പ്രദേശങ്ങളെ ബന്ധിപ്പിച്ച് ഭൂപടങ്ങളിൽ വരയ്ക്കുന്ന രേഖകളാണ് (നിഷ്കോണിക) അഗോണിക് രേഖകൾ.

ഒരു പ്രദേശത്തെ ഭൂകാന്തത്തിന്റെ തിരശ്ചീനഘടകത്തിന്റേയും ഭൂമിയുടെ പരിണത കാന്തിക വലയത്തിന്റെയും ഇടയിലുള്ള കോണളവിനെ ആ പ്രദേശത്തിന്റെ ഡിപ് എന്നു പറയുന്നു. ഭൂമദ്ധ്യരേഖയിൽ പൂജ്യവും ധ്രുവങ്ങളിൽ 90 ഡിഗ്രിയും വരുന്ന വിധത്തിൽ പൂജ്യം മുതൽ തൊണ്ണൂറ് വരെയുള്ള സംഖ്യകൾ പ്രയോജനപ്പെടുത്തി 'ഡിപ് സർക്കിൾട്ട്' ഉപയോഗിച്ചാണ് ഇത് അളക്കുന്നത്. തുല്യ ഡിപ്പ് ഉള്ള സ്ഥലങ്ങളെ ബന്ധിപ്പിച്ച് ഭൂപടത്തിൽ വരയ്ക്കുന്ന രേഖകളാണ് ഐസോക്ലിനിക്ക് രേഖകൾ. പൂജ്യം ഡിപ്പ് ഉള്ള സ്ഥലങ്ങളിലൂടെ കടന്നുപോകുന്ന രേഖകളെ അക്ലിനിക്ക് രേഖകൾ എന്നു വിളിക്കുന്നു. ഇതാണ് കാന്തിക ഭൂമദ്ധ്യരേഖ തിരശ്ചീന ഘടകം

ഭൗമോപരിതലത്തിലുള്ള ഒരു സ്ഥലത്തെ ഭൂമിയുടെ തിരശ്ചീന തലത്തിലുള്ള മൊത്തം കാന്തികമണ്ഡലത്തെ തിരശ്ചീനഘടകം എന്നു പറയുന്നു. ഇത് മീറ്റർ, വൈന്യേഷൻ മാഗ്നോമീറ്റർ, കാന്തിക കോംപസ് തുടങ്ങിയ ഉപകരണങ്ങൾ ഈ ഘടകത്തെ ആശ്രയിച്ചാണ് പ്രവർത്തിക്കുന്നത്. ചുരുക്കത്തിൽ പറഞ്ഞാൽ ഭൂമിയുടെ കാന്തിക മണ്ഡലം മനുഷ്യജീവിതത്തെ പല രീതിയിലും സ്വാധീനിക്കുന്നുണ്ട്.

ഗെയ്സർ അഥവാ ഉഷ്ണജലധാര എന്താണ് ?

ഭൂമിയുടെ ഉള്ളറകളിലെ ചുട്ടുപഴുത്ത ശിലാപടലങ്ങളുമായോ അവി

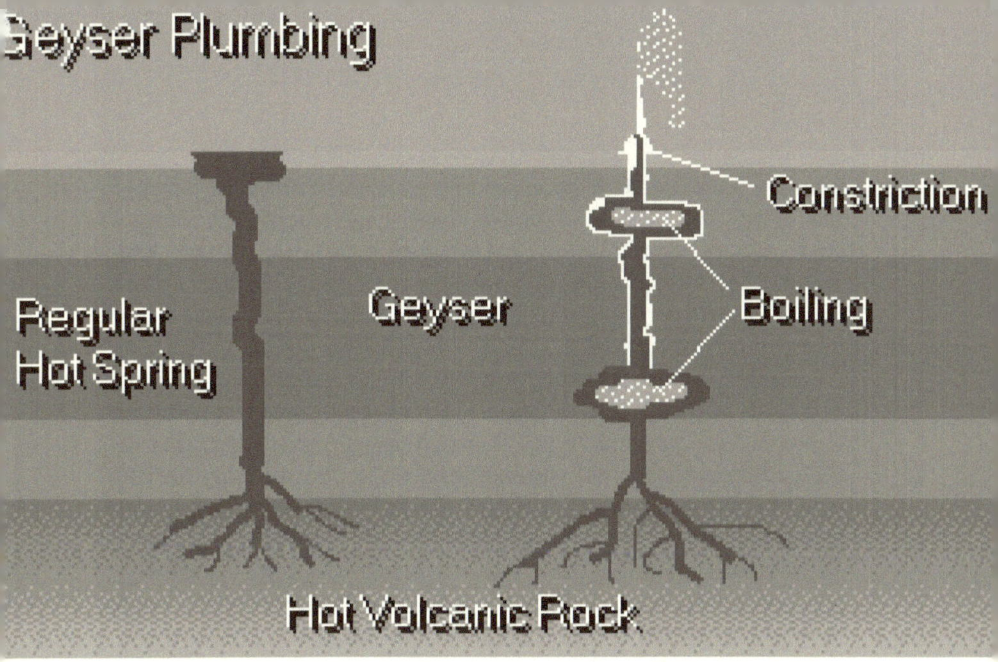

ടയുള്ള അത്യുന്നതോഷ്മാവ് വഹിക്കുന്ന നീരാവിയുമായോ സമ്പർക്കത്തിൽ വരുന്ന ഭൂഗർഭജലമാണ് ഉഷ്ണജലധാരയായി പ്രവഹിക്കുന്നത് (Geyser). തുടർച്ചയായോ നിശ്ചിതസമയം ഇടവിട്ടോ ഉഷ്ണജലവും ചൂടുബാഷ്പവും ഭൂവൽക്ക വിദരത്തിലൂടെ മേലോട്ട് ചീറിപ്പൊങ്ങുന്ന ഉറവകളാണിവ. ലോകത്താകമാനം ആയിരത്തോളം ഉഷ്ണജലധാരകളുണ്ട്.

അഗ്നിപർവ്വതങ്ങളോട് അനുബന്ധമായാണ് ചൂടുനീരുറവകൾ കാണപ്പെടുന്നത്. പലപ്പോഴും ഇവ താൽക്കാലിക പ്രതിഭാസമായാണ് കാണപ്പെടുന്നത്. ഭൂമിക്കടിയിലെ മാഗ്മയാണ് ഉഷ്ണജലത്തിന് ചൂട് പ്രദാനം ചെയ്യുന്നത്. ഭൂപടലത്തിലെ വിടവുകളിലൂടെ അമിത സമ്മർദ്ദത്തിൽ പുറത്തു വരുന്ന ജലം ഉഷ്ണജലധാരയായി മാറുന്നു. അമേരിക്കൻ ഐക്യനാടുകളിലെ യെല്ലോസ്റ്റോൺ നാഷണൽ പാർക്കിലെ ഓൾഡ് ഫെയ്ത്ഫുൾ എന്ന ഉഷ്ണജലധാര പ്രശസ്തമാണ്. ഇപ്പോൾ പ്രവർത്തനസജ്ജമായ ഉഷ്ണജലധാരകളിൽ ഏറ്റവും വലിപ്പമേറിയതും ഓൾഡ് ഫെയ്ത്ഫുള്ളാണ്. 91 മിനിറ്റ് ഇടവിട്ടാണ് ഇവിടന്ന് ഉഷ്ണജലം ചീറിയൊഴുകുന്നത്. ഭാരതത്തിൽ ജമ്മുകശ്മിർ, പഞ്ചാബ്, ബിഹാർ, ആസാം എന്നീ സംസ്ഥാനങ്ങളിൽ ചൂടുനീരുറവകൾ ഉണ്ട്.

സമുദ്രജലപ്രവാഹങ്ങൾ കാലാവസ്ഥയെ ബാധിക്കുന്നുണ്ടോ ?

സമുദ്രത്തിൽ നിശ്ചിത പാതകളിലുടെ ഇടമുറിയാതെ കാണുന്ന ഒഴുക്കിനെയാണു് സമുദ്രജലപ്രവാഹം. എന്നു പറയുന്നതു്. പ്രക്ഷുബ്ധ തിരമാലകൾ, കാറ്റ്, കൊറിയോലിസ് ബലങ്ങൾ , സമുദ്രജലത്തിന്റെ താപനില, ലവണാംശ വ്യതിയാനം, സൂര്യനും ചന്ദ്രനും മൂലമുണ്ടാകുന്ന

വേലിയേറ്റവും വേലിയിറക്കവുംഎന്നിവയൊക്കെയാണ് സമുദ്രജലപ്രവാഹങ്ങളുണ്ടാകാൻ കാരണമാകുന്നത്. . ഒഴുക്കിന്റെ ദിശയിലുള്ള ആഴം, കൊറിയോലിസ് ബലം, തീരങ്ങളുടെ സാമീപ്യം, അടിത്തട്ടിന്റെ ഘടന, മറ്റു സമുദ്രജലപ്രവാഹങ്ങളുമായുള്ള കൂടിച്ചേരൽ എന്നീ ഘടകങ്ങൾ സമുദ്രജലപ്രവാഹങ്ങളുടെ ശക്തിയേയും ദിശയേയും നിർണ്ണയിക്കുന്നു.

ഭൂമിയിലെ വിവിധപ്രദേശങ്ങളിൽ അനുഭവപ്പെടുന്ന കാലാവസ്ഥാ വ്യത്യാസങ്ങളിൽ സമുദ്രജലപ്രവാഹങ്ങൾ മുഖ്യമായ ഒരു പങ്കു വഹിക്കുന്നുണ്ട്. ഉദാഹരണത്തിന് മെക്സിക്കൻ ഉൾക്കടലിൽ നിന്നും വടക്കേ അമേരിക്കയുടെ കിഴക്കൻ തീരത്തിനോടു ചേർന്ന് അറ്റ്ലാന്റിക്കിലൂടെ ഒഴുകുന്ന ഗൾഫ് സ്ട്രീം (Gulf tSream) എന്നറിയപ്പെടുന്ന സമുദ്രജലപ്രവാഹമാണ് പടിഞ്ഞാറൻ യൂറോപ്പിന്റെ ശരാശരിയിൽ ഉയർന്ന താപനിലയ്ക്ക് (ഒരേ അക്ഷാംശത്തിലുള്ള മറ്റു പ്രദേശങ്ങളുമായി താരതമ്യം ചെയ്യുമ്പോൾ) കാരണം. അതുപോലെത്തന്നെ ഹവായ് ദ്വീപസമൂഹത്തിലെ താരതമ്യേന കുറഞ്ഞ താപനിലയ്ക്കു കാരണം കാലിഫോർണിയൻ ശീതജലപ്രവാഹമാണ്.

ചുറ്റുപാടുമുള്ള സമുദ്രജലത്തിന്റെ താപനിലയുമായുള്ള വ്യത്യാസം കണക്കിലെടുത്ത് സമുദ്രജലപ്രവാഹങ്ങളെ ഉഷ്ണജലപ്രവാഹങ്ങൾ, ശീതജലപ്രവാഹങ്ങൾ, മിതശീതോഷ്ണജലപ്രവാഹങ്ങൾ എന്നിങ്ങനെ തരം തിരിക്കാം. ഉഷ്ണജലപ്രവാഹങ്ങൾ മദ്ധ്യരേഖാപ്രദേശങ്ങളിൽ നിന്നും ധ്രുവങ്ങളെ ലക്ഷ്യമാക്കി ഒഴുകുമ്പോൾ ശീതജലപ്രവാഹങ്ങൾ ധ്രുവപ്രദേശങ്ങളിൽ നിന്നും തിരിച്ച് മദ്ധ്യരേഖാപ്രദേശങ്ങൾ ലക്ഷ്യമാക്കി ഒഴുകുന്നു. പലപ്പോഴും ഇത്തരം പ്രവാഹങ്ങൾ പരസ്പരം കൂടിച്ചേരുകയും മിതശീതോഷ്ണസ്വഭാവമുള്ള പ്രവാഹങ്ങളായി മാറുകയും ചെയ്യുന്നു.

ഭൂഖണ്ഡങ്ങൾ എന്നുമിങ്ങനെയായിരുന്നോ ? ആയിരിക്കുമോ ?

ഭൂമിയിലെ അതിബൃഹത്തായ ഭൂവിഭാഗങ്ങളെ ഭൂഖണ്ഡം അല്ലെങ്കിൽ വൻകര എന്ന് പറയുന്നു. ഭൂഖണ്ഡങ്ങളെ വിഭജിക്കുന്നതിന് ഒരു കർക്കശമായ നിയമം ഇല്ല. മറിച്ച് നിലനിന്നു പോരുന്ന ധാരണ അനുസരിച്ചാണ് ഭൂഖണ്ഡങ്ങളെ വിഭജിച്ചിരിക്കുന്നത്. ഏഴ് ഭൂവിഭാഗങ്ങളാണ് ഭൂഖണ്ഡങ്ങളായി പൊതുവായി അംഗീകരിക്കപ്പെട്ടിരിക്കുന്നത്. അവ (വലിപ്പക്രമത്തിൽ) ഏഷ്യ, ആഫ്രിക്ക, വടക്കേ അമേരിക്ക, തെക്കേ അമേരിക്ക, അന്റാർട്ടിക്ക, യൂറോപ്പ്, ഓഷ്യാനിയ എന്നിവയാണ്. ഈ ഏഴു ഭൂഖണ്ഡങ്ങളും പണ്ട് ഒറ്റൊരു ഭൂഖണ്ഡമാണെന്നും അത് വേർപ്പെട്ടാണ് ഇപ്പോഴുള്ള ഏഴു ഭൂഖണ്ഡങ്ങളും ഉണ്ടായത് എന്നാണ് അറിയപ്പെടുന്നത്. പണ്ടുണ്ടായ ഒരൊറ്റ ഭൂഖണ്ഡത്തിന്റെ പേര് പാൻജിയ എന്ന് അറിയപ്പെടുന്നു

ഭൂഖണ്ഡങ്ങളുടെ ചലനം, കൂട്ടിമുട്ടൽ, വിഭജനം എന്നിവയെക്കുറിച്ച് പഠിക്കുന്ന ശാസ്ത്രശാഖയാണ് പ്ലേറ്റ് റ്റെക്റ്റോണിക്സ്. മുൻപ് ഇത് ഭൂഖണ്ഡാന്തര ചലനം (continental drift) എന്ന് അറിയപ്പെട്ടു.

നദികൾ കടലിൽ ചേരുന്നതെങ്ങിനെ? അതിന്റെ വഴികൾ എന്തെല്ലാം ?

പ്രകൃത്യാ ഉണ്ടാവുന്ന വലിയ ജലസരണികളെ നദികൾ എന്ന് വിളിക്കുന്നു. നദികളെ പുഴകൾ, ആറുകൾ എന്നും വിളിക്കാറുണ്ടെങ്കിലും താരതമ്യേന ചെറിയ ജലസരണികളെയാണു പുഴകൾ അല്ലെങ്കിൽ ആറുകൾ എന്നു വിളിക്കുന്നത്. ഭൂമിയിൽ പതിക്കുന്ന മഴവെള്ളം ചെറിയ അരുവികളായി രൂപം കൊള്ളുന്നു. അരുവികൾ ചേർന്നു പുഴകളായി, പുഴകൾ ചേർന്നു നദികളായി നദികൾ കടലിൽ ചേരുന്നു.

നദികൾ ഉയർന്ന നിലങ്ങളിലെ തടാകങ്ങൾ, ഹിമാനികൾ, നീരുറവകൾ, ഭൂജലസ്രോതസ്സുകളിൽ നിന്നുണ്ടാകുന്ന ചെറിയ അരുവികളിൽ നിന്ന് ഉദ്ഭവിക്കുന്ന നദികൾ താഴ്ന്ന നിലങ്ങളിലേക്കൊഴുകുന്നു. വലിയ ജലാശയങ്ങളായ കടൽ, സമുദ്രം, തടാകം അല്ലെങ്കിൽ വെറേയൊരു (സാധാരണ വലിയ) നദിയിലേക്ക് ചേർന്നവസാനിക്കുന്നു. അത്യോഷ്ണ പ്രദേശങ്ങളിൽ നദികൾ ചിലപ്പോൾ ബാഷ്പീകരിക്കപ്പെടുകയോ മണൽ പ്രദേശങ്ങളിൽ കിനിഞ്ഞിറങ്ങി വറ്റുകയോ ചെയ്യുന്നു.

ഒരു പ്രദേശത്ത് നദിയെ മറ്റുജീവജാലങ്ങൾ ആശ്രയിക്കുന്നെങ്കിൽ ആ പ്രദേശത്തെ നദീതട പ്രദേശം എന്ന് വിളിക്കുന്നു.

ഒരു നദിയുടെ ഉദ്ഭവം ജലസമൃദ്ധമായ ഉറവ, ജലാശയം, ഹിമാനി

(glacier) എന്നിവയിൽ ഏതെങ്കിലുമൊന്നിൽനിന്ന് ആകാം. ഗണ്യമായ ദൂരത്തോളം പ്രവഹിച്ചെത്തുന്ന വലിയ നദികൾ രൂപംകൊള്ളുന്നത് സാധാരണയായി നിരവധി നീർച്ചാലുകൾ ഒഴുകിച്ചേരുന്നതിലൂടെയാവും. നീരൊഴുക്ക് ശക്തിപ്രാപിക്കുന്ന സ്ഥാനമാണ് പ്രസ്തുത നദിയുടെ പ്രഭവസ്ഥാനം (source). നീരൊഴുക്കിന്റെ ചാലിനെ നദീപഥം (river course) എന്നു പറയുന്നു. നദി കടലിലേക്കോ ജലാശയത്തിലേക്കോ ഒഴുകിവീഴുന്ന ഇടത്തിന് പതനസ്ഥാനം, നദീമുഖം എന്നിങ്ങനെ പേരുകളുണ്ട്. ഒരു നദീപഥത്തിലേക്ക് ഒഴുകിച്ചേർന്ന് സ്വന്തം ജലപ്രവാഹത്തെ അതിൽ ലയിപ്പിക്കുന്ന ചെറുനദികളെ പോഷകനദി t(ributary) എന്നു വിശേഷിപ്പിക്കുന്നു. ചെറുതും വലുതുമായ അനവധി പോഷകനദികളെ ഉൾക്കൊണ്ടാണ് നദികൾ ബൃഹദാകാരം പൂകുന്നത്; ഒപ്പം നന്നേ കനത്ത അളവിലുള്ള ജലധോരണിയായി മാറുകയും ചെയ്യുന്നു. ഒരു നദിയുടെ ജലപ്രവാഹവും വഹനശേഷിയും വർധിക്കുവാൻ സഹായകങ്ങളാവുന്ന ചെറുതും വലുതുമായ പോഷകനദികളെക്കൂടി പ്രധാന നദിയുമായി കൂട്ടിച്ചേർത്തു വ്യവഹരിക്കേണ്ടിവരുമ്പോൾ നദീവ്യൂഹം (rivers ysteo) എന്ന സംജ്ഞ ഉപയോഗിക്കുന്നു.

ഒഴുകുന്ന ജലം ശിലാതലത്തിൽ ആഘാതമേല്പിക്കുകയും അവയെ ശിഥിലീകരിച്ചും പിളർന്നും തനതായ ഒരു ചാല് സൃഷ്ടിച്ചെടുക്കുകയും ചെയ്യുന്നു. നീരൊഴുക്ക് ഈ ചാലിലേക്ക് കേന്ദ്രീകരിക്കുന്നതോടെ ശിലാവിഘടനം കൂടുതൽ ശക്തമാവുന്നു. തുടർന്ന് ചാലിന്റെ വലിപ്പം ക്രമേണ വർധിക്കുന്നു. തുടക്കത്തിൽ ഈ ചാലുകളുടെ ഛേദതലങ്ങൾക്ക് ഢആകൃതിയാണ് ഉണ്ടായിരിക്കുക. വീതിയെക്കാളേറെ ആഴം

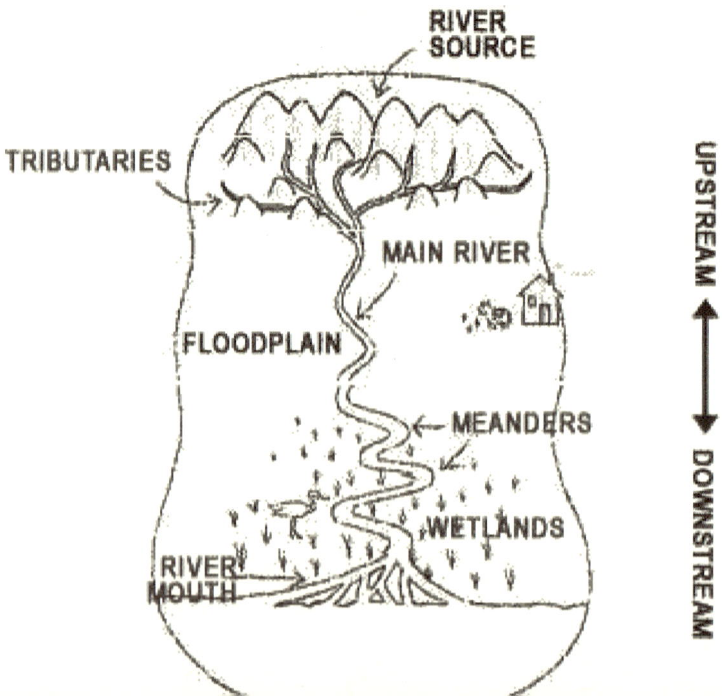

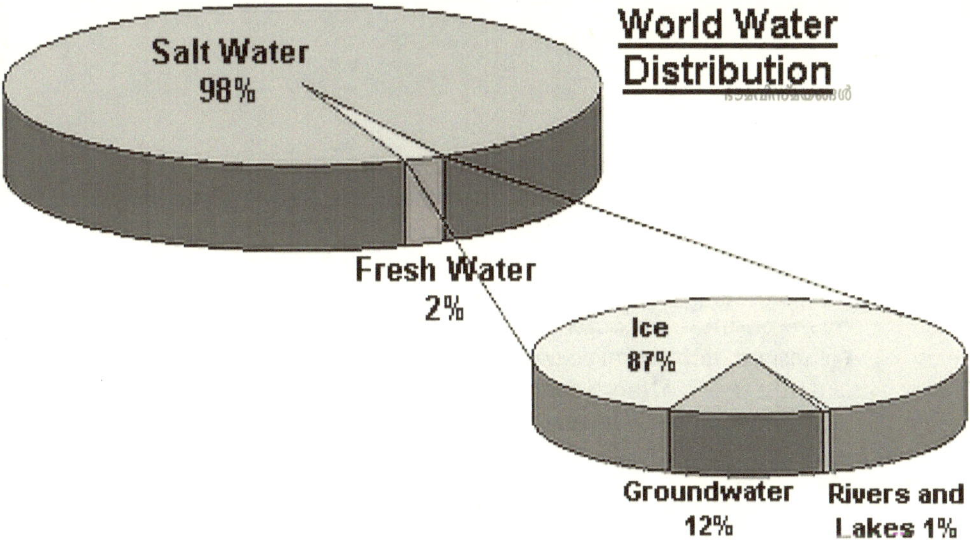

കൂടുന്ന പ്രവണതയാണ് ഒഴുക്കുവെള്ളത്തിനുള്ളത്. ഇതിന്റെ ഫലമായാണ് ആഴക്കൂടുതലുള്ള ഇടുങ്ങിയ നീർച്ചാലുകളുണ്ടാകുന്നത്. മഴ പെയ്തും മറ്റുവിധത്തിലുള്ള ജലലഭ്യത മൂലവും ഒരേയവസരം ഒന്നിലേറെ നീർച്ചാലുകൾ രൂപംകൊള്ളാം. ഭൂമിയുടെ നിമ്നോന്നതപ്രകൃതി ഇവയിലെ പ്രത്യേക വിഭാഗത്തെ കൂട്ടിയിണക്കുന്നു. ഇതിന്റെ ഫലമായുണ്ടാകുന്ന വർധിച്ച നീരൊഴുക്ക് അതിനെ ഉൾക്കൊള്ളുന്ന ചാലിന്റെ വലിപ്പം ഗണ്യമായി വർധിപ്പിക്കുന്നു. ഈ പ്രക്രിയയിൽ സ്വാഭാവികമായും ശിലാഘടനയുടെ പ്രത്യേകതകൾ സ്വാധീനം ചെലുത്താം. കടുപ്പമേറിയ ശിലകൾ വിണ്ടുകീറുന്നത് നന്നേ മന്ദഗതിയിലും ഇടുങ്ങിയ രീതിയിലും ആവാം. മറിച്ച് മൃദു(soft)ശിലകൾ ആഴത്തോട് ഏതാണ്ട് അടുത്തുനില്ക്കുന്ന വീതിയിൽ, താരതമ്യേന വിസ്തൃതങ്ങളായ ചാലുകൾക്ക് അവസരമുണ്ടാക്കുന്നു. ആഴം കൂട്ടുന്ന പ്രവർത്തനം അടിയിലുള്ള പ്രത്യേക ശിലാസ്തരം വരെ മാത്രമേ സാധ്യമാവുകയുള്ളൂ. ഈ നിരപ്പിനെനിമ്നാപരദനതലം (base level of erosion) എന്നു വിശേഷിപ്പിക്കുന്നു. ഒരു നീർച്ചാലിന്റെ ആഴം ഈ തലം വരെ എത്തിക്കഴിഞ്ഞാൽ ആ ചാലിന്റെ വീതി അനുക്രമമായി വർധിക്കുകയും അത് കൂടുതൽ ജലപ്രവാഹത്തെ ഉൾക്കൊള്ളുവാൻ പ്രാപ്തമാവുകയും ചെയ്യും.

അനേകം നീർച്ചാലുകൾ ഒന്നുചേർന്ന് തോടുകൾ ഉണ്ടാവുന്നു; തോടുകൾ കൂടിച്ചേർന്ന് പുഴകളുണ്ടാവുന്നു. അനുകൂല പരിതഃസ്ഥിതികളിൽ ഈ പുഴകൾ ഒറ്റപ്പെട്ട നിലയിൽത്തന്നെ കടലിലേക്കോ ജലാശയങ്ങളിലേക്കോ ഒഴുകാറുണ്ട്; കനത്ത മഴയിലൂടെ കിട്ടുന്ന ജലസമൃദ്ധിയും ഏകതാനമായ ഭൂപ്രകൃതിയുമാണ് ഇതിനു സഹായിക്കുന്ന പ്രധാന ഘടകങ്ങൾ. എന്നാൽ സാധാരണയായി, ഭൂപ്രകൃതി ക്രമരഹിതവും നിമ്നോന്നതവുമായിരിക്കുന്നതുമൂലം ചെറു പുഴകൾ പരസ്പരം കൂട്ടിമുട്ടുവാനും ഒന്ന് മറ്റൊന്നിൽ ലയിക്കുവാനും സാധ്യതയേറുന്നു. ഇങ്ങനെ ലയിച്ചുണ്ടാവുന്ന നദികൾ വീണ്ടും കൂടിച്ചേർന്ന് പരിഗണ

നീയമായ വലിപ്പത്തിലുള്ള നദികൾ സൃഷ്ടിക്കപ്പെടുന്നു. ഭൂപ്രകൃതിയിലെ ഭേദങ്ങൾക്കനുസരിച്ച് ഇവയുടെ നീളത്തിലും തടപ്രകൃതിയിലും (basin characteristics) വൈവിധ്യമുണ്ടാവും.

ഒരു ജലധാര ശിലകളെ വിഘടിപ്പിക്കുന്നതും സ്വന്തം ചാലിന്റെ ആഴവും പരപ്പും വർധിപ്പിക്കുന്നതും അപഘർഷണം (Corrasion), സംക്ഷാരണം, പ്രധാരാക്ഷാളനം (Hydraulic action), പരിവഹണം (oransportation) എന്നീ നാല് പ്രക്രിയകളിലൂടെയാണ്. താരതമ്യേന കടുപ്പമുള്ള ശിലാതലങ്ങളിലൂടെ നിരുപദ്രവമായി ഒഴുകുന്ന സ്വഭാവമാണ് ശുദ്ധജലത്തിനുള്ളത്. എന്നാൽ ഒരു ജലധാര വഹിച്ചുനീക്കുന്ന ചെറുതും വലുതുമായ ശിലാകണങ്ങൾ അവ പൊടിമണൽ, ചൊരിമണൽ, ചളി, ചരൽ, പാറക്കഷണം എന്നിങ്ങനെ ഏതു രൂപത്തിലായാലും ശിലാപാളികളിൽ ഉരസിയും ചുരണ്ടിയും പ്രഹരമേല്പിച്ചും അവയെ സാരമായ തോതിൽ വിഘടിപ്പിക്കുന്നു. ഇങ്ങനെ അടർന്നുമാറുന്ന ശിലാകണങ്ങൾ തുടർന്നുള്ള വിഘടനത്തിന് ആക്കംകൂട്ടുന്നു. ഈ പ്രക്രിയയെ മൊത്തത്തിൽ അപഘർഷണം എന്നു പറയുന്നു. ജലധാരയുടെ ഗതിവേഗത്തിന് ആനുപാതികമായി അപഘർഷണത്തിന്റെ തോതിലും വ്യതിയാനമുണ്ടാകുന്നു. ശിലാഘടകങ്ങളിൽ നല്ലൊരു വിഭാഗം ജലത്തിൽ ലയിക്കുന്നവയാണ്. ഒഴുക്കുവെള്ളത്തിന് ശിലകളുമായി വർധിച്ച തോതിൽ രാസപ്രവർത്തനത്തിലേർപ്പെടുന്നതിനും ശിലാപദാർഥങ്ങളെ വിലയിപ്പിക്കുന്നതിനും കഴിയും. ഫലത്തിൽ സാരമായ തോതിലുള്ള ശിലാവിഘടനമാണ് ഇതിലൂടെ സംഭവിക്കുന്നത്. ഈ പ്രക്രിയയെയാണ് സംക്ഷാരണം എന്ന സംജ്ഞ സൂചിപ്പിക്കുന്നത്. നീരൊഴുക്കിന്റെ ശക്തിയിലൂടെ മാത്രം നിവർത്തിക്കുന്ന ശിലാവിഘടനത്തെയാണ് പ്രധാരാക്ഷാളനമായി വിവക്ഷിക്കുന്നത്. നീർച്ചാലിന്റെ പാർശ്വഭിത്തികളിലെ ബലക്കുറവുള്ള ഭാഗങ്ങൾ ഒഴുക്കിന്റെ ശക്തിയാൽ ഒന്നാകെ അടർന്നുവീ

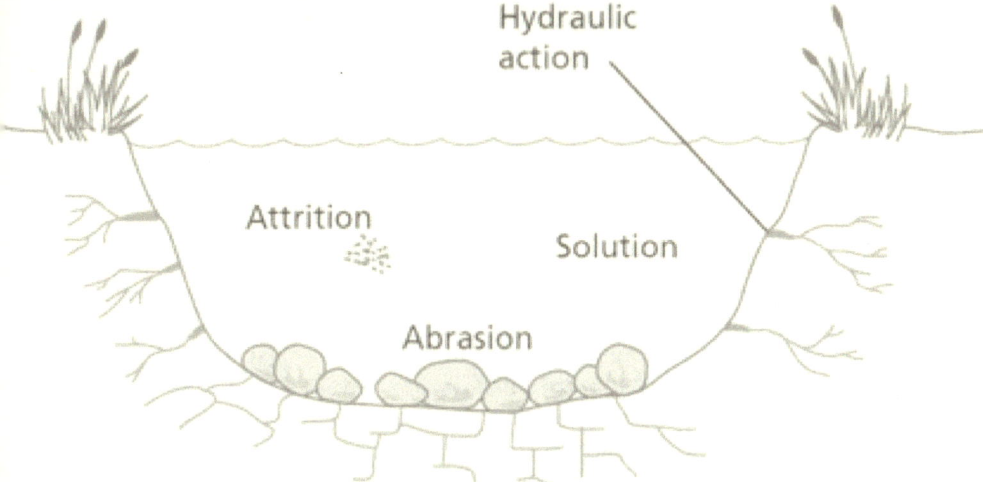

ഴുന്നത് സാധാരണമാണ്. ചാലിൽ അടിഞ്ഞുകൂടുന്ന ശിലാപദാർഥങ്ങളെ വലിയ പാറകളുൾപ്പെടെ ഒട്ടാകെ ഒഴുക്കിമാറ്റാനും ഒരു ജലധാരയ്ക്കു കഴിയും. ഒഴുക്കിൽപ്പെട്ട് വരുന്ന ചെറുതും വലുതുമായ പാറക്കഷണങ്ങൾ പരസ്പരം കൂട്ടിമുട്ടുന്നതിലൂടെ അവയ്ക്ക് ശിഥിലീകരണം സംഭവിക്കുന്നു. വൻതോതിൽ നടക്കുന്ന ഈ ഉപപ്രക്രിയയ്ക്ക് സന്നിഘർഷണം (attrition) എന്നുപറയുന്നു. പാറക്കഷണങ്ങൾ കൂട്ടിയുരുമ്മുമ്പോൾ ഭാഗികമായി വിഘടനം സംഭവിക്കുന്ന കടുപ്പം കൂടിയ ശിലാഖണ്ഡങ്ങൾ മിനുസമേറിയ പ്രതലങ്ങളോടെ അവശേഷിക്കുന്നത് സാധാരണമാണ്. നദീപഥങ്ങളിൽ മിനുസമുള്ള ഉരുളൻകല്ലുകൾ ധാരാളമായി കാണപ്പെടുന്നതിന്റെ കാരണം സന്നിഘർഷണമാണ്. പ്രധാരാക്ഷാളനത്തിലൂടെ വിഘടിതമാവുന്ന ശിലാപദാർഥങ്ങൾ ജലധാരയാൽ വഹിച്ചുനീക്കപ്പെടുന്നു. ഇവ ഇടതൂർന്നുള്ള അപഘർഷണം ഇരട്ടിപ്പിക്കുന്നു; സ്വയം വിഘടിച്ച് ശിഥിലീകൃതമാകുവാനുള്ള പ്രവണതയും നിദർശിപ്പിക്കുന്നു. മേൽവിവരിച്ച രീതിയിലുള്ള അപരദന (erosional) പ്രക്രിയയിലൂടെ ശിലാപദാർഥങ്ങൾ വൻതോതിൽ അടിഞ്ഞുകൂടുന്നത് ചാലിന്റെ വികസനത്തിന് തടസ്സമാവേണ്ടതാണ്. എന്നാൽ ഒഴുക്കുവെള്ളത്തിന്റെ വഹനക്ഷമത (transporting capactiy) ഈ ദുഃസ്ഥിതിയെ ഒഴിവാക്കുന്നു. ഒരു ജലധാരയുടെ വഹനക്ഷമത അതിന്റെ ഗതിവേഗത്തിന്റെ നാലാം വർഗത്തിന് ആനുപാതികമാണ്. വേഗത കൂടുന്തോറും വർധിച്ച തോതിൽ പദാർഥങ്ങളെ വഹിച്ചുനീക്കാനാവും. ഇത് ഒരു ജലധാര സ്വന്തം ചാല് വികസിപ്പിച്ച് നദിയായി പരിണമിക്കുന്നതിലെ സുപ്രധാനഘടകമാണ്. ആകാവുന്നിടത്തോളം വസ്തുക്കളെ വിലയിപ്പിച്ചും കനം കുറഞ്ഞവയെ വഹിച്ചും നീങ്ങുന്ന ഒഴുക്കുവെള്ളം കനംകൂടിയ പദാർഥങ്ങളെ അടിവുകളാക്കി മുന്നേറുവാനുള്ള പ്രവണത കാട്ടുന്നു. എന്നാൽ അടിത്തട്ടിൽ പ്രധാരാക്ഷാളനം ശക്തമായതിനാൽ അടിഞ്ഞുകൂടുന്ന പദാർഥസഞ്ചയം സാവധാന

മെങ്കിലും നദിയുടെ ഗതിക്കൊത്ത് വലിച്ചുനീക്കപ്പെടുന്നു. ശിലാഘടകങ്ങളുടെ പ്രവാഹജലത്തിൽപ്പെട്ടുള്ള നീക്കത്തിനെ മൊത്തത്തിൽ പരിവഹണം എന്ന സംജ്ഞയിലൂടെയാണ് വിവക്ഷിക്കുന്നത്. ശിലാവസ്തുക്കളെ വിലയിപ്പിക്കുവാൻപോന്ന അസാമാന്യ രാസികപ്രഭാവം, ജലവ്യാപ്തം, ഒഴുക്ക് എന്നിവയാണ് ജലധാരകളുടെ അപരദനശക്തി വർധിപ്പിക്കുന്നത്. ഒഴുകുന്ന പ്രതലത്തിന്റെ ചായ്‌വ് (slope) ഈ കഴിവിനെ നിർണായകമായി സ്വാധീനിക്കുന്നു. നീരൊഴുക്കിന് ആസ്പദമായ ഗുരുത്വവലിവ് (gravitational pull) പ്രദാനം ചെയ്യുന്നത് ഭൂമിയുടെ ചരിവുമാനം (slope) ആണ്. നദീ അപരദനത്തിന്റെ ഫലമായി വർഷംതോറും കോടിക്കണക്കിനു ടൺ ശിലാദ്രവ്യങ്ങൾ സമുദ്രങ്ങളിൽ അടിയുന്നു. ഇതിൽ ഭാരതത്തിലെ നദികളുടെ പങ്ക് 600 കോടി ടണ്ണിലേറെയാണ്.

ഭൗമോപരിതലത്തിൽ വർഷപാതത്തിലൂടെ വന്നെത്തുന്ന ജലത്തിന്റെ 35 ശതമാനത്തോളം നീർച്ചാലുകളായും തുടർന്ന് തോടുകളായും ഇവ സംഗമിച്ചുണ്ടാകുന്ന തടിനികളായും ചെറുനദികളാൽ പോഷിപ്പിക്കപ്പെട്ട് വൻ നദികളായും രൂപാന്തരം പ്രാപിച്ച് സമുദ്രങ്ങളിലോ അവയോടനുബന്ധിച്ചുള്ള വിസ്തൃത ജലാശയങ്ങളിലോ പതിക്കുന്നു. തുടക്കത്തിൽ മഴപെയ്തു വീഴുന്ന ജലം ഭൂമിയുടെ ചായ്‌വിനെ അവലംബിച്ച് ഒഴുകുവാൻ തുടങ്ങുന്നു. പ്രവാഹദിശയുടെ അടിസ്ഥാനത്തിൽ ക്രമേണ അനുവർത്തിയോ (consequent) പ്രത്യനുവർത്തിയോ (obsequent) പരിവർത്തിയോ (subsequent) ക്രമഹീനമോ (insequent) ഒക്കെയായി ജലധാരകൾ രൂപംകൊള്ളുന്നു . നിശ്ചിതമാർഗ്ഗത്തിലൂടെ ഒഴുകിനീങ്ങുന്ന

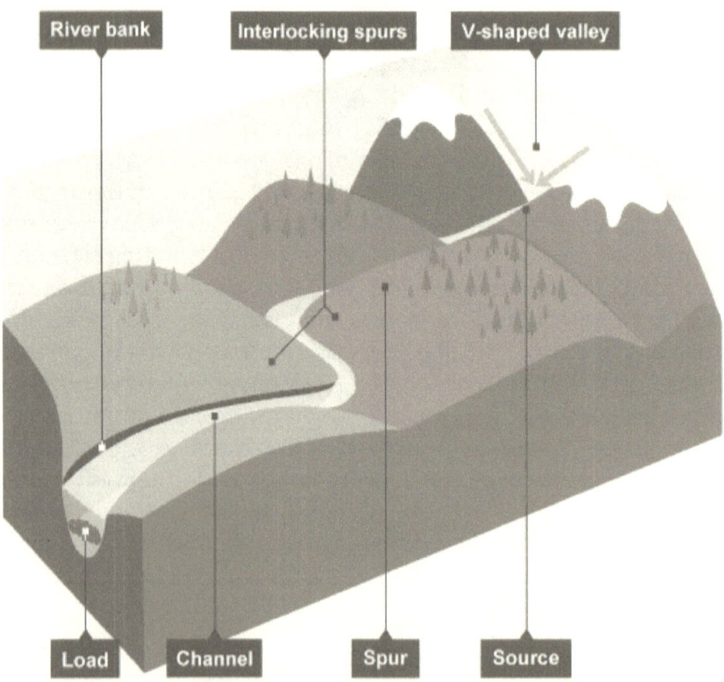

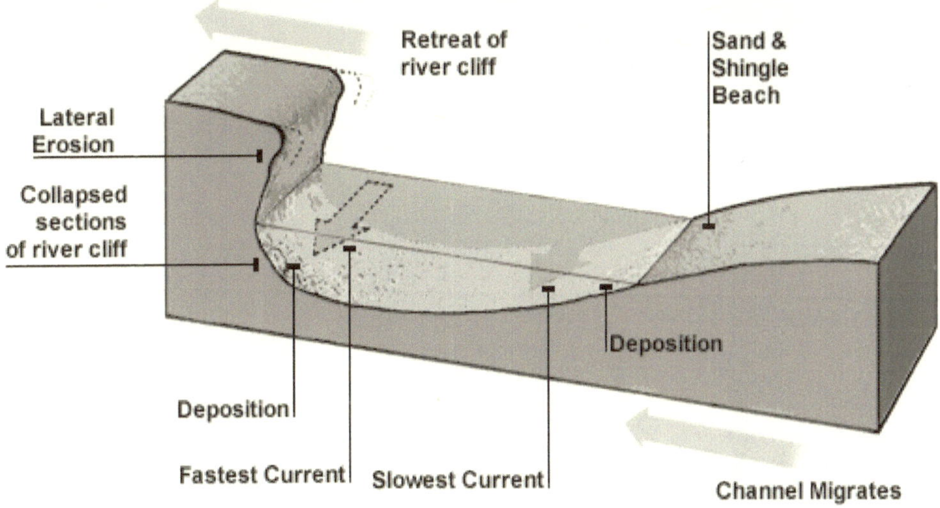

ഇവ കാലാന്തരത്തിൽ ചാലുകളുടെ ശിലാഭിത്തികളെ കരണ്ടെടുത്ത് അവയുടെ ആഴവും പരപ്പും വർധിപ്പിക്കുകയും തുടർന്ന് തനതായ താഴ്വാരങ്ങൾ സൃഷ്ടിക്കുകയും ചെയ്യുന്നു. ഒരേ മേഖലയിൽത്തന്നെ വിഭിന്ന ജലധാരകളുടെ അപരദനത്തോത് അവയിലൂടെ ഒഴുകിനീങ്ങുന്ന ജലപ്രവാഹത്തിന്റെ പരിമാണം, സ്ഥാനീയശിലകളുടെ സ്വഭാവ സവിശേഷതകൾ, പ്രവാഹകാലം എന്നിവയെ ആശ്രയിച്ച് വ്യത്യാസപ്പെടാം. സ്വാഭാവികമായും അവയുടെ പ്രവർത്തനത്തിലൂടെ ഉരുത്തിരിയുന്ന താഴ്വരകളുടെ വിസ്തൃതി, ആകൃതി, ചരിവുമാനം തുടങ്ങിയവയ്ക്കും വിഭിന്ന സ്വഭാവം കൈവരുന്നു. ഇതിന്റെ ഫലമായി പ്രസ്തുത താഴ്വരകളിൽ രൂപംകൊള്ളുന്ന നദികളുടെ പ്രാമാണ്യതയിലും ഏറ്റക്കുറച്ചിലുണ്ടാകുന്നു.

ചെറുതോടുകൾ രൂപം കൊള്ളുന്നതുമുതൽ അവയുടെ ഇരുപാർശ്വങ്ങളിലുമുള്ള ചരിവുതലങ്ങളിൽനിന്ന് ഒലിച്ചിറങ്ങുന്ന ജലം നീർച്ചാലുകളായോ അല്ലാതെയോ തോടിലേക്ക് വന്നെത്തുന്നു. കാലാന്തരത്തിൽ പ്രധാന ജലധാരയായ തോട് വികാസം പ്രാപിച്ച് ചെറു നദിയായിത്തീരുകയും ചെയ്യും. കൂടുതൽ കൂടുതൽ ജലധാരകളെ ഉൾക്കൊണ്ട് കനത്ത ജലപ്രവാഹം ഉൾക്കൊള്ളുന്ന ഒരു നദി ഉരുത്തിരിയുന്നതിന് ഇതിലൂടെ സാഹചര്യമൊരുങ്ങുന്നു. ശിലാഘടനയിലും ഉച്ചാവച (relief) ത്തിലുമുള്ള നാനാത്വംമൂലം ഒരു മേഖലയിൽ രൂപംകൊള്ളുന്ന താഴ്വരകൾ പല വിതാനങ്ങളിലായിരിക്കും. ഇതേ കാരണംകൊണ്ട് അവയിലെ പ്രധാന ജലധാരകളുടെ വികസനത്തിലും വൈവിധ്യമുണ്ടാവുന്നു. സ്വാഭാവികമായും പ്രാമാണികവികസനം നേടിക്കഴിഞ്ഞ ജലധാരയിലേക്ക് മറ്റുള്ളവ ഒഴുകിയെത്തുന്നു. ഇതേത്തുടർന്ന് പ്രധാന നദീതടം ബഹിർവ്യാപനത്തിലൂടെ സമീപസ്ഥങ്ങളായ ചെറുതടങ്ങളെ സ്വയം ഉൾക്കൊള്ളുന്ന അവസ്ഥയും ഉണ്ടാകാം. കാലാന്തരത്തിൽ, പോഷകനദികളുടെ തടങ്ങൾ അപരദനഫലമായി പ്രധാന തടത്തിന്റെ തലവുമായി സമസ്ഥിതി (equi level position) പ്രാപിച്ചെന്നും വരാം.

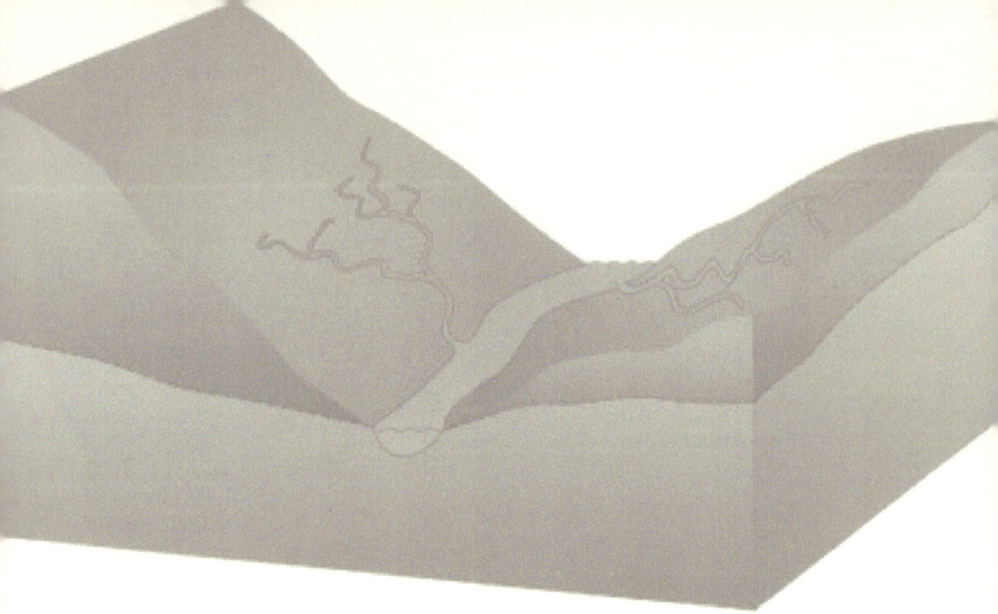

അനേകം പോഷകനദികളെ ഉൾക്കൊണ്ട്, കനത്ത ജലപ്രവാഹത്തോടെ, ചായ്‌വ്തലങ്ങളിലൂടെ പ്രവഹിക്കുന്ന ഒരു നദിക്ക് മാർഗ്ഗമധ്യേയുണ്ടാകുന്ന പ്രതിബന്ധങ്ങളെ ഉല്ലംഘിച്ചും കുത്തൊഴുക്കിലൂടെ സ്വന്തം ചാൽ വികസിപ്പിച്ചും മുന്നേറാനാവുന്നു. ഈ ഗതി പതനസ്ഥാനത്തോളം തുടരാനുമാവും. ജലപ്രവാഹത്തോടൊപ്പം ശിലാപദാർഥങ്ങളുടെയും ഒഴുകിച്ചേരുന്ന മാലിന്യങ്ങളുടെയും വമ്പിച്ച ശേഖരത്തെയും നദിക്ക് ഉൾക്കൊള്ളേണ്ടിവരുന്നു. ചായ്‌വുതലങ്ങളിൽ നിന്ന് നിരപ്പായ പ്രദേശങ്ങളിലേക്ക് ഇറങ്ങുന്നതോടെ ഗുരുത്വവലിവ് കുറയുന്നതു നിമിത്തം നദിയുടെ വഹനക്ഷമതയിൽ കുറവുണ്ടാകും. ഇക്കാരണത്താൽ, ഉൾക്കൊണ്ടിട്ടുള്ള പദാർഥങ്ങളിലെ ഗണ്യമായ അംശത്തെ പിൻതള്ളി മുന്നോട്ടൊഴുകുവാൻ നദി നിർബന്ധിതമാവും. ഇങ്ങനെ ഉപേക്ഷിക്കപ്പെടുന്ന വസ്തുക്കൾ നദീമധ്യത്തിലും പാർശ്വങ്ങളിലുമായി അട്ടിയിടപ്പെടുന്നു. നദീപഥത്തിന്റെ ചായ്‌വിൽ കുറവുണ്ടാകുന്ന ഇടങ്ങളിലൊക്കെത്തന്നെ ഈ വിധത്തിലുള്ള നിക്ഷേപണം (deposition) സംഭവിക്കുന്നു. ചാലിന്റെ അടിത്തട്ടിൽ നിക്ഷേപിക്കപ്പെടുന്ന വസ്തുക്കൾ പ്രധാരാക്ഷാളനത്തിലൂടെ ഉരുണ്ടുനീങ്ങുന്നു. എന്നാൽ നദീമാർഗ്ഗത്തിലെ പ്രതിബന്ധങ്ങളുയർത്തുന്ന ശക്തമായ പ്രതിരോധത്തിനു വഴങ്ങി, ചിലയിടങ്ങളിൽ അടിവുകൾ (sediments) അട്ടിയട്ടിയായി വളർന്ന് ജലനിരപ്പിനു മുകളിലെ തുരുത്തു (braids) കളായി മാറുന്നു. അനുകൂല ഋതുക്കളിലുണ്ടാകുന്ന ജലപ്രളയങ്ങൾ പരിവഹണത്തിന്റെയും തന്മൂലം നിക്ഷേപത്തിന്റെയും അളവിൽ ഗണ്യമായ വർധനവുണ്ടാക്കുന്നു. കരകവിഞ്ഞൊഴുകുന്ന പ്രളയജലം വഹിച്ചുകൊണ്ടുവരുന്ന പദാർഥങ്ങളെ നദീപഥത്തിന്റെ ഇരുപുറവുമായി സാമാന്യം വലിയ അകലത്തോളം നിക്ഷേപിക്കുന്നത് സാധാരണമാണ്. ഇത്തരം നിക്ഷേപണം വർഷാവർഷം ആവർത്തിക്കുന്നതിലൂടെ കാലാന്തരത്തിൽ നദീതടത്തിന്റെ പതനസ്ഥലത്തോടടുത്തുള്ള മേഖല

വിസ്തൃതമായ എക്കൽ സമതല (alluvial plain)മായി രൂപാന്തരപ്പെടുന്നു.

ഭൂമുഖത്തെ ആർദ്രമേഖല (humid region)കളിലുള്ള നദികളും നദീതാഴ്വര (river valley)കളും അനുബന്ധ സംരചനകളും നിയതവും വ്യതിരിക്തങ്ങളുമായ മൂന്ന് ഘട്ടങ്ങളെ തരണം ചെയ്താണ് വികാസദശയുടെ പരിസമാപ്തിയിലെത്തുന്നതെന്ന് ഡബ്ളിയു എം. ഡേവിസ് എന്ന ഭൂവിജ്ഞാനി സമർഥിച്ചിട്ടുണ്ട് (നോ: അപരദനചക്രം). ഈ മൂന്ന് ഘട്ടങ്ങൾക്ക് യുവാവസ്ഥ (Youth), പ്രൗഢാവസ്ഥ (Maturtiy), വൃദ്ധാവസ്ഥ (Old age) എന്നീ സംജ്ഞകളാണ് നല്കിയിട്ടുള്ളത്. യുവാവസ്ഥയിൽ പരിവർത്തനകാരകങ്ങളുടെ തീവ്രവും സജീവവുമായ പ്രവർത്തനംമൂലം ത്വരിതഗതിയിലുള്ള വികാസത്തിന് നദിയും തടപ്രദേശവും വിധേയമാകുന്നു. രണ്ടാമത്തെ ഘട്ടത്തിൽ പരിവർത്തനം താരതമ്യേന മന്ദീഭവിക്കുന്നു; എന്നാൽ നന്നേ വ്യാപകമാകും. അവസാനഘട്ടമായ വൃദ്ധാവസ്ഥയിൽ അപരദനപ്രക്രിയ തികച്ചും മന്ദഗതിയിലാവും. പക്ഷേ അപക്ഷയം (weathering), ഭൂതലജീർണത (mass wasting) എന്നിവ മൂലമുള്ള ശിഥിലീകരണവും ഭൂരൂപക്ഷയവും തുടർന്നുകൊണ്ടിരിക്കും. വിവർത്തനിക (tectonic) പ്രക്രിയകളിലൂടെ ഝടിതിയിലുള്ള പരിവർത്തനങ്ങൾ സംഭവിക്കാത്തപക്ഷം ആർദ്രകാലാവസ്ഥ (humid climate)യിലുള്ള ഏതു നദീതാഴ്വരയും മേൽപ്പറഞ്ഞ മൂന്ന് അവസ്ഥകളെയും പിന്നിട്ട് ഉച്ചാവചശൂന്യമായ സമതല (Pene-plain)ങ്ങളായി പരിണമിക്കും. നന്നേ സാവധാനത്തിലുള്ള ഈദൃശ പരിവർത്തനത്തിന് നീണ്ട കാലയളവുകൾ ആവശ്യമാണ്. ഈ പ്രക്രിയയുടെ പരിസമാപ്തിക്ക് സാമാന്യ അപരദനചക്രം (Normal Cycle of Erosion) എന്ന സംജ്ഞയാണ് നല്കിയിട്ടുള്ളത്.

നദീയിൽ നിന്ന് രൂപപ്പെടുന്ന പ്രതിഭാസങ്ങൾ എന്തെല്ലാമാണ് ?

ഒഴുക്കുവെള്ളത്തിന്റെ അപരദനപ്രവർത്തനം വിവിധ ഭൗമപ്രക്രിയകൾക്കു കളമൊരുക്കുന്നു. ഇവയിലൂടെ വ്യതിരിക്തങ്ങളായ അനേകം ഭൂരൂപങ്ങൾ സൃഷ്ടിക്കപ്പെടുന്നു. ഗുരുത്വവലിവിനെ അവലംബിച്ചുള്ള സ്വന്തം ഗതിയെ സുഗമമാക്കുന്നതിന് ഒഴുക്കുവെള്ളം മെനഞ്ഞെടുക്കുന്ന ചാലിന്റെ വികസിത രൂപമാണ് നദീപഥം (River Course). എണ്ണമറ്റ അവനാളിക(gully)കളിലൂടെയാണ് വെള്ളത്തിന്റെ ഒഴുക്ക് ആരംഭിക്കുന്നത്. ഇവ സംയോജിച്ച് V ആകൃതിയിൽ ഇടുങ്ങിയ ചാലുകളുണ്ടാവുന്നു. നീരൊഴുക്കിന്റെ എതിർദിശയിൽ ശീർഷാഭിമുഖ(head-ward)മായി നടക്കുന്ന ശിലാവിഘടനത്തിന് ചാലുകളുടെ വികാസത്തിൽ നിർണായകമായ പങ്കുണ്ട്. ആഴം കൂട്ടിയും അതോടൊപ്പം പാർശ്വഭിത്തികളെ കരണ്ടെടുത്തും ഒഴുക്കുവെള്ളം ചാലുകളുടെ വലിപ്പം കൂട്ടുന്നു. ഉൾക്കൊണ്ടിട്ടുള്ള ജലപ്രവാഹം, നീരൊഴുക്കിന്റെ വേഗത, വഹിച്ചുനീക്കുന്ന പദാർഥശേഖരത്തിന്റെ സ്വഭാവം, ആധാരശില (ba-serock)കളുടെ പ്രതിരോധശേഷി എന്നിവയാണ് ചാൽവികസനത്തെ സാരമായി സ്വാധീനിക്കുന്ന ഘടകങ്ങൾ. ലയിച്ചുചേരുന്ന ജലപ്രവാഹത്തെയും പദാർഥശേഖരത്തെയും ഉൾക്കൊള്ളുവാൻ പോന്ന

വികസനം നേടിയിട്ടുള്ള നീർച്ചാലുകളെയാണ് നദീപഥം എന്നു വിശേഷിപ്പിക്കാവുന്നത്. ഒരു നദീപഥം തീർത്തും ഋജു (tsraight)വായി വർത്തിക്കുക പ്രായേണ അസാധ്യമാണ്. പ്രഭവ പതനസ്ഥാനങ്ങളെ യോജിപ്പിക്കുന്ന സാങ്കല്പിക ഋജുരേഖയ്ക്ക് ഇരുപുറവുമായി വളവുകളും പുളവുകളും തുല്യമായി വിന്യസിക്കപ്പെട്ടുകാണുന്ന നദീപഥത്തിനെ ഋജുപഥികം (regular)എന്നു വിശേഷിപ്പിക്കാറുണ്ട്. മിക്കവാറും നദീപഥങ്ങൾ തീർത്തും ക്രമരഹിത(irregular)ങ്ങളായിരിക്കും; ശിലാഘടനയെ അവലംബിച്ച് വളഞ്ഞുപുളഞ്ഞൊഴുകുവാൻ അവ ബാധ്യസ്ഥമായിത്തീരുന്നു.

കടുപ്പമേറിയ ശിലാതലങ്ങളിൽ നന്നേ ഇടുങ്ങി അഗാധമായ ചാലുകളുണ്ടാകുന്നു. ശിലാഭിത്തികളുടെ കാഠിന്യം നിമിത്തം പ്രധാരാക്ഷാളനം ഫലവത്താകുന്നില്ല; എന്നാൽ ആഴം വർധിക്കുകയും ചെയ്യും. ഇതിലൂടെയുണ്ടാകുന്ന ചാലിനെ ഗിരികന്ദരം (gorge) എന്നു വിളിക്കുന്നു. നന്നേ അഗാധവും ഒപ്പം സാമാന്യത്തിലധികം ദൈർഘ്യമുള്ളവയുമായ ഈയിനം ചാലുകളെ വിതലകന്ദരം (Canyon) എന്നാണ് വിശേഷിപ്പിക്കുന്നത്. യു.എസ്സിലെ അരിസോണാ മരുഭൂമിയിൽ കൊളൊറാഡോ നദീപഥത്തിലുള്ള ഗ്രാന്റ് കാന്യൺ എന്ന വിതലകന്ദരത്തിന്റെ ശരാശരി ആഴം 288 മീറ്ററും നീളം 483 കിലോമീറ്ററുമാണ്.

നദീപഥത്തിലെ ചായ്‌വിന്റെ തോതിനെ സൂചിപ്പിക്കുന്ന സംജ്ഞയാണ് ചരിവ് (gardient). ചരിവ് പെട്ടെന്ന് കൂടുമ്പോൾ നീരൊഴുക്കിന്റെ വേഗതയിൽ ആനുപാതികമായ വർധനവുണ്ടാകുന്നു. വേഗത അനുക്രമമായി വർധിക്കുന്ന പ്രത്യേക പഥഖണ്ഡങ്ങളിൽ നദിയെ ദ്രുതധാര (Rapids) എന്നു വിശേഷിപ്പിക്കുന്നു. നദീപഥത്തിൽ കുത്തനെ ഇടിവുണ്ടാകുന്ന സ്ഥാനത്ത് ജലധാര തൂക്കായി നിപതിക്കുന്നു. ഈദൃശ പതനം ഏകീകൃതമായോ പല ധാരകളായോ കേന്ദ്രീകരിച്ചുകാണുന്നു. ഇത്തരം വെള്ളച്ചാട്ടങ്ങൾക്ക് ജലപാതം (Waterfall) എന്ന സംജ്ഞയാണ് നല്കിയിട്ടുള്ളത്. മുകളിലത്തെ കാഠിന്യം (hardness) കൂടിയ ശിലാസ്തരങ്ങളിലൂടെ ഒഴുകി ഊക്കോടെ നിപതിക്കുന്ന ജലം താരതമ്യേന കടുപ്പം കുറഞ്ഞ താഴത്തെ സ്തരങ്ങളെ അതിശീഘ്രം വിഘടിപ്പിച്ചെന്നുവരാം. തത്ഫലമായി ജലപാതത്തിന്റെ അടിഭാഗം കരണ്ടെടുക്കപ്പെട്ട് പ്രപാതമുഖത്തെ ശിലകൾ അടർന്നുവീഴുന്നു. തുടർന്ന് ജലപാതത്തിന്റെ സ്ഥാനം നദീപഥത്തിലൂടെ പിന്നാക്കം മാറുന്നു. ജലധാര പല ശാഖകളായി പിരിയാനും സാധ്യതയുണ്ട്. ഈ രീതിയിൽ യു. എസ്സിലെ നയാഗ്രാ ജലപാതം പ്രതിവർഷം 45 മീ. പിന്നോട്ട് നീങ്ങുന്നതായി കണക്കാക്കപ്പെട്ടിരിക്കുന്നു.

നദീപഥത്തിലെ ഒഴുക്കു കൂടിയ ഭാഗങ്ങളിൽ ചുഴി(Whirlpool)കൾ ഉണ്ടാകുന്നത് സാധാരണമാണ്. ഇവയുടെ പ്രഭാവം ആഴങ്ങളിൽ എത്തുന്നത് അടിത്തട്ടിലെ ശിലാപദാർഥങ്ങൾക്ക് വക്രഗതിയിലുള്ള ചലനമുണ്ടാക്കുകയും അവയ്ക്ക് ഒരു സ്ക്രൂ(Screം)വിന്റെ സവിശേഷതകളോടെ അടിത്തറ തുരന്നെടുക്കുവാൻ പ്രാപ്തിയുണ്ടാക്കുകയും

ചെയ്യുന്നു. നദീപഥത്തിന്റെ അടിത്തറയിൽ വർത്തുളാകാരവും അഗാധവുമായ തുരപ്പ് സൃഷ്ടിക്കപ്പെടുന്നു. ഏതാനും സെ. മീ. മുതൽ 6 മീ. വരെ വ്യാസത്തിൽ രൂപംകൊള്ളുന്ന ഈയിനം ഗർത്തങ്ങളാണ് കയം (Pot hole) എന്നറിയപ്പെടുന്നത്. ഇവയ്ക്കുള്ളിൽ ശക്തമായി ചുറ്റിത്തിരിയുന്ന ജലമാണുള്ളത്; നന്നേ താണ താപനിലയും ഉണ്ടാകും.

വലുതും വേഗതയേറിയതുമായ നദികളിൽ അപരദന പ്രക്രിയ താരതമ്യേന തീവ്രമായതിനാൽ പ്രസ്തുത നദീതടങ്ങൾ ത്വരിതഗതിയിൽ വികസിക്കുന്നു. ഏതെങ്കിലും പോഷകനദി പ്രധാന നദിയുമായി സമസ്ഥിതി കൈവരിക്കുന്നത് അവയിലെ ശീർഷമുഖ അപരദന(head-ward)ത്തിന്റെ തോത് ഇരട്ടിപ്പിക്കുന്നു. ത്വരിതഗതിയിൽ മുന്നേറുന്ന വിഘടനപ്രക്രിയ പ്രസ്തുത നദിയെ ജലവിഭാജക(Water divide)മായി വർത്തിക്കുന്ന ഉന്നതതടത്തിൽ വിള്ളലുണ്ടാക്കുവാനും ചിലപ്പോൾ മറ്റൊരു വ്യൂഹത്തിലുൾപ്പെടുന്ന ഏതെങ്കിലും നദീപഥത്തെ ഖണ്ഡിക്കുവാനും പ്രാപ്തമാക്കുന്നു. ഇങ്ങനെ സംഭവിക്കുന്നതിലൂടെ ഖണ്ഡിക്കപ്പെടുന്ന നദിയിലെ ജലപ്രവാഹത്തെ പൂർണമായി ഉൾക്കൊള്ളുവാൻ ആദ്യത്തെ നദിക്ക് അവസരമുണ്ടാകുന്നു. ഈ പ്രക്രിയയാണ് നദീഗ്രഹണം (River Capture). ഗ്രഹണത്തിന് ഇരയാവുന്ന നദീപഥത്തിന്റെ താഴോട്ടുള്ള ഭാഗം ജലശൂന്യമായി വരണ്ട നിലയിൽ വർത്തിച്ചേക്കാം.

മിയാൻഡറുകൾ എന്താണ് ?

ഒരു നദിയുടെ വഹനക്ഷമത, വേഗതയ്ക്ക് ആനുപാതികമായിരിക്കുകമൂലം, ചരിവിനെ ആശ്രയിച്ചിരിക്കുന്നു. പ്രവണത പ്രത്യേകമൂല്യത്തിലെത്തുമ്പോൾ പരിവഹിച്ചെത്തിക്കുന്ന പദാർഥശേഖരത്തെ പൂർണമായും പിൻതള്ളുവാൻ നദി നിർബന്ധിതമാവുന്നു. ഈ അവസ്ഥയിലെത്തുമ്പോൾ നദിക്ക് സമന്വിതം (graded) എന്ന വിശേ

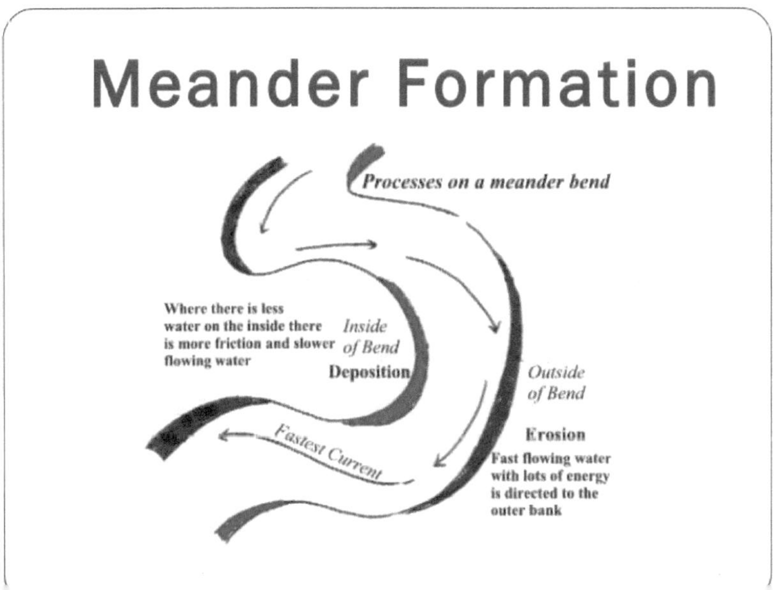

• ഓക്സ്ബോ തടാകം

ഷണം നല്കാറുണ്ട്. ഒരു സമനിതനദി പഥത്തിന്റെ ആഴം കൂട്ടുവാനല്ല, മറിച്ച്, വഹിച്ചുകൊണ്ടുവരുന്ന ഭാരത്തെ മുന്നോട്ടുനീക്കുവാനുള്ള യത്നം തുടരുകയാണ് ചെയ്യുന്നത്. ഈ അവസരത്തിലും നദീപാർശ്വങ്ങൾ അപഘർഷണത്തിനു വിധേയമാവുന്നു; തന്മൂലം നദിയുടെ വീതി തുടർന്നും വർധിക്കുന്നു. കാലാന്തരത്തിൽ നദീതടത്തിലെ വലിയൊരു ഭാഗത്തോളം നദീപഥം വ്യാപിക്കുന്നു. ജലക്ഷാമം നേരിടുന്ന ഋതുക്കളിൽ നീരൊഴുക്ക് നദീപഥത്തിൽത്തന്നെയുള്ള പ്രത്യേക ചാലുകളിലേക്ക് ഒതുങ്ങുന്നു. വെള്ളപ്പൊക്കമുണ്ടാകുമ്പോൾ ഈ നീർച്ചാലുകൾ വളഞ്ഞുപുളഞ്ഞ് ജലോഢസമതല (flood plain)ത്തിന്റെ സീമകളോളം സംക്രമിച്ചശേഷം മടങ്ങി നദീപഥത്തിലെ പ്രധാന ചാലിലെത്തുന്നു. ഈ പുതിയ ചാലിലൂടെയുള്ള നീരൊഴുക്ക് നദിയിൽ വെള്ളം കുറയുമ്പോഴും മാറ്റമില്ലാതെ തുടരുന്നു. നീർച്ചാലിന്റെ വളവും പുളവുമുള്ള ഭാഗത്തിനെ മിയാൻഡർ എന്നു വിശേഷിപ്പിക്കുന്നു. ആർദ്രമേഖലയിൽ, ഏകാത്മക (homogeneous) ഘടനയിലുള്ള ശിലാതലങ്ങളിൽ ഒഴുകുന്ന നദികൾ അക്ഷദിശ(axial line)യ്ക്ക് ഇരുപുറങ്ങളിലും തുല്യ അകലങ്ങളോളമുള്ള മിയാൻഡറുകൾ കാണപ്പെടുന്നത് സാധാരണമാണ്; ഇവയിലെ മിയാൻഡറുകൾക്ക് ആവർത്തിച്ചുള്ള S-ആകൃതി കാണപ്പെടുന്നു.

ഓക്സ്ബോ തടാകം, ബ്രെയ്ഡഡ് നദി എന്നിവ വ്യത്യാസപ്പെട്ടിരിക്കുന്നത് എങ്ങിനെയാണ് ?

മിയാൻഡറുകൾക്ക് വളരെ കൂടിയ വക്രത ഉണ്ടാകുമ്പോൾ ചിലപ്പോൾ ബൾബിന്റെ ആകൃതി കൈവരുന്നു. ഇങ്ങനെവരുമ്പോൾ മിയാൻഡറിന്റെ

തുടക്കത്തിലും അന്ത്യത്തിലുമുള്ള ചാലുകൾക്കിടയിൽ നേരിയ അകലം മാത്രമേ ഉണ്ടാവുകയുള്ളൂ. പ്രളയകാലത്ത് ഈ ഇടുങ്ങിയ കരഭാഗത്തെ കീറിമുറിച്ച് നദി പുതിയ പഥം സൃഷ്ടിച്ചെന്നുവരാം. ഇതോടെ നേരത്തേയുണ്ടായിരുന്ന മിയാൻഡറിലെ ഒരു ഭാഗം നദിയിൽനിന്നു വേർപിരിയുന്നു. ജലപൂർണമായ ഈ ചാലുകൾ നീരൊഴുക്കിന്റെയോ ഉറവകളുടെയോ പിന്തുണയോടെ ജലാശയമായി നുകക്കൈയുടെ (Ox-bow) ആകൃതിയിൽ തുടർന്നും വർത്തിച്ചേക്കാം. ഇത്തരം വെള്ളക്കെട്ടുകളെ ഓക്സ്ബോ തടാകം എന്നു വിളിക്കുന്നു.

ഒരു നദി ഒന്നിലേറെ ചാലുകളായി പിരിഞ്ഞ് കുറേദൂരം ഒഴുകിയശേഷം സംയോജിക്കുകയും ഈ പ്രക്രിയ പലവുരു ആവർത്തിക്കുകയും ചെയ്യുന്നതിലൂടെ പിണൽരൂപത്തിൽ സങ്കീർണമായ നദീപഥം ഉരുത്തിരിയുന്നു. ഇതാണ് ബ്രെയ്ഡഡ് നദി എന്നറിയപ്പെടുന്നത്. നദീപഥത്തിൽ നീർച്ചാലുകൾക്കിടയിലോ ഒരേ ചാലിനുള്ളിൽത്തന്നെയോ ശിലാശേഖരങ്ങൾ അട്ടിയിട്ടുയർന്ന് സൃഷ്ടിക്കപ്പെട്ട തുരുത്തുകൾ ഉണ്ടായിരിക്കുമെന്നത് ഇത്തരത്തിലുള്ള നദിയുടെ സവിശേഷതയാണ്. ഈ തുരുത്തുകളിൽ ഏറിയവയും എക്കൽനിർമിതവും ഫലഭൂയിഷ്ഠവുമാകയാൽ ഇടതൂർന്ന സസ്യാവരണത്തിനു വിധേയങ്ങളായിരിക്കും.

നദികൾക്ക് ടെറസ്സുകൾ ഉണ്ടോ ?

സമതലത്തിലൂടെ പ്രവഹിക്കുന്ന നദികളിൽ ഏതെങ്കിലും കാരണത്താൽ ലംബദിശയിൽ അപഘർഷണം ശക്തിപ്പെടുമ്പോൾ നദീപഥം ഗണ്യമായി താഴുന്നു. തുടർന്ന് പുതിയ ചാലിന്റെ പാർശ്വഭിത്തികൾക്ക് ശോഷണം സംഭവിച്ച് ചാലിന്റെ വീതി വർധിക്കുന്നു. ജലപ്രളയമുണ്ടാകുമ്പോൾ ഈ ഭാഗം വൻതോതിലുള്ള നിക്ഷേപണ (deposition)ത്തിനു വിധേയമാവുകയും വെള്ളമിറങ്ങിക്കഴിയുമ്പോൾ ഒരു വേദികയുടെ മട്ടിൽ നിലകൊള്ളുകയും ചെയ്യും. ഈ പ്രക്രിയ പലവുരു ആവർത്തിച്ചേക്കാം. ഇതിലൂടെ നദീപഥത്തിന്റെ ഇരുവശത്തുമോ ഒരു വശത്തുമാത്രമോ തട്ടുകളായി വേർതിരിഞ്ഞ സമതലപ്രായമായ ഭൂപ്രകൃതി ലഭിക്കുന്നു. ഇവയാണ് റിവർ ടെറസ്സുകൾ.

ലെവികളും ഡെൽറ്റകളും ഉണ്ടാകുന്നതെങ്ങിനെ ?

നദിയിലെ ജലം കരകവിഞ്ഞ് ഒഴുകുന്നതാണ് ഈയിനം ഭൂരൂപങ്ങൾക്കു നിദാനമാവുന്നത്. നദീപഥത്തിനു പുറത്തേക്ക് വമിക്കുന്നതോടെ ഒഴുക്കിന്റെ വേഗത കുറയുന്നു. തുടർന്ന് നദീജലം ഉൾക്കൊണ്ടിട്ടുള്ള പദാർഥ ശേഖരം പൂർണമായും നിക്ഷേപിക്കപ്പെടുന്നു. ഓരോ പ്രളയകാലത്തും ഈദൃശ നിക്ഷേപണം ആവർത്തിക്കപ്പെടുന്നതിലൂടെ കാലാന്തരത്തിൽ എക്കൽമണ്ണിനു പ്രാമുഖ്യമുള്ള സമതലം സൃഷ്ടിക്കപ്പെടുന്നു. നദീതടത്തിന്റെ പൊതു ചായ് വിനെ അവലംബിച്ച് ജലോഢസമതലം നദിയുടെ ഇരുപാർശ്വങ്ങളിലുമോ ഒരു വശത്തുമാത്ര

മോ നിർമിതമാവാം. നദിക്കരയിൽ ഉയരം കൂടിയ വരമ്പുകൾ അവശേഷിപ്പിച്ചാണ് ജലോഢ സമതലത്തിന്റെ സൃഷ്ടി തുടങ്ങുന്നത്. വീതികുറഞ്ഞ് അവിച്ഛിന്നമായി നീളുന്ന ഈയിനം വരമ്പുകളെ ലെവി (levee) എന്നു വിശേഷിപ്പിക്കുന്നു. വളർച്ചയുടെ ആദ്യഘട്ടങ്ങളിൽ ഏറിയകൂറും ജലോഢ സമതലങ്ങൾ ചതുപ്പുനിലങ്ങളായി വർത്തിക്കുന്നു. മിയാൻഡറുകളും ഓക്സ്ബോ തടാകങ്ങളും സാധാരണമാണ്. ആവർത്തിച്ചുണ്ടാകുന്ന നിക്ഷേപണത്തിലൂടെ ഏറെക്കാലത്തിനുശേഷം ഇത് എക്കൽ മൈതാനമായി മാറുന്നു. നദി ഗതി മാറി ഒഴുകുന്നതുമൂലം ജലോഢ സമതലങ്ങൾ ഒറ്റപ്പെട്ടുപോകുന്നത് അസാധാരണമല്ല; ഇവ നന്നേ ഫലഭൂയിഷ്ഠമായ നിരന്ന കൃഷിനിലങ്ങളായി വർത്തിക്കുന്നു.

പതനസ്ഥാനത്തോടടുക്കുമ്പോൾ മിക്കനദികളും കൈവഴി (ditsributary)കളായി പിരിഞ്ഞൊഴുകുന്നു. ഈ കൈവഴികൾ വീണ്ടും പിരിയുകയും കൂടിച്ചേരുകയും ചെയ്ത് പൊതുവിൽ നീർച്ചാലുകളുടെ ഒരു ജാലിക സൃഷ്ടിക്കുന്നു. ഇവയ്ക്കിടയിൽ എക്കൽനിക്ഷേപങ്ങൾക്കു മുൻതൂക്കമുള്ള നിരന്ന കരഭാഗം അവശേഷിക്കുന്നുണ്ടാവും. ഇവയിലെ താണ നിലങ്ങൾ ചതുപ്പുകളായി മാറുന്നത് അസാധാരണമല്ല. ഈ രീതിയിലുള്ള നദീമുഖങ്ങളെ ഡെൽറ്റ എന്ന സംജ്ഞയിലൂടെ വിവക്ഷിക്കുന്നു. ഡെൽറ്റകളുടെ സൃഷ്ടിയിൽ നിർണായക സ്വാധീനം ചെലുത്തുന്നത് രണ്ട് പ്രക്രമ (process)ങ്ങളാണ്.

(i) പതനസ്ഥാനത്ത് കടൽത്തിരകളാലും വേലാപ്രവാഹ(tidal current)ങ്ങളാലും രോധിതമാകുന്നതോടെ ഒഴുക്കിന്റെ ശക്തി പാടെ നിലച്ചുപോവുന്നതിനാൽ, ഉൾക്കൊണ്ടിട്ടുള്ള പദാർഥശേഖരത്തെ അപ്പാടെ നിക്ഷേപിക്കുവാൻ നദി നിർബന്ധിതമാകുന്നു.

(ii) നദീജലത്തിൽ കലങ്ങിയെത്തുന്ന സൂക്ഷ്മാകാരങ്ങളായ കളിമൺ കണങ്ങൾ ഉപ്പുവെള്ളവുമായി സമ്പർക്കമുണ്ടാവുന്നതോടെ കട്ടപിടിച്ച് അടിയുന്നു. വെള്ളത്തിൽ കലർന്നുവരുന്ന പരുക്കൻ ശിലാകണങ്ങൾ ചാലുകൾക്കിടയിലുള്ള തുരുത്തുകളുടെ ഓരങ്ങളിൽ നിക്ഷിപ്തമാവുന്നു.

അഴിയും പൊഴിയും ഒന്നാണോ ?

കടൽനിരപ്പ് പെട്ടെന്ന് ഉയരുന്നതുമൂലം ഡെൽറ്റയും നദീമുഖവും ഒന്നാകെ മുങ്ങിപ്പോയെന്നുവരാം. അവതലനവിധേയമായ ഭൂഭാഗം തീവ്രമായ അവശോഷണത്തിനു വിധേയമാകുന്നതുമൂലം നദീമുഖം ആഴമേറിയ ജലാശയമായി പരിണമിക്കുന്നു. വേലാപ്രവാഹങ്ങളുടെ സ്വാധീനംമൂലം ഈ ഭാഗത്ത് ലവണജലം നിറയുന്നു. നദീമുഖം വിസ്തൃതമാകുന്നതിന് ആനുപാതികമായി നദീപഥത്തിന്റെ ഉള്ളിലേക്ക് വേലിയേറ്റം അനുഭവപ്പെടുന്ന ദൂരത്തിൽ വർധനവുണ്ടാകുന്നു. കടലുമായി നിരന്തരം ബന്ധപ്പെട്ടുകിടക്കുന്ന ഈദൃശ നദീമുഖങ്ങളെ അഴി എന്നു വിശേഷിപ്പിക്കുന്നു.

അവതലനവിധേയമായ കരഭാഗം അധികം ആഴത്തിലല്ലാതെ ജലനിമഗ്നമായി അവശേഷിച്ചിട്ടുള്ള നദീമുഖങ്ങളും ഉണ്ട്. ഇവിടങ്ങളിൽ

തിരമാലകളും വേലാതരംഗങ്ങളുംവഴി നിക്ഷിപ്തമാവുന്ന മണ്ണട്ടികൾ അട്ടിയിട്ടുയർന്ന് മണൽത്തിട്ടു(bars)കളായി മാറുന്നത് സാധാരണമാണ്. നദീമുഖ ജലാശയങ്ങൾ പാർശ്വികമായി വ്യാപ്തി വർധിപ്പിക്കുകയും നദിയിലൂടെ ഒഴുകിയെത്തുന്ന ജലത്തിന്റെ അളവിൽ സാരമായ കുറവുണ്ടാവുകയും ചെയ്യുമ്പോൾ നദീമുഖം മണൽത്തിട്ടകളാൽ ബന്ധിക്കപ്പെടുന്നു. ഈ വിധത്തിൽ കടലുമായുള്ള സമ്പർക്കം ഋതുപരമായെങ്കിലും വിച്ഛേദിക്കപ്പെട്ടിട്ടുള്ള നദീമുഖങ്ങളെ പൊഴി എന്നു വിശേഷിപ്പിക്കുന്നു.

നദീവ്യൂഹ പാറ്റേണുകൾ (River Patterns)നിലനിൽക്കുന്നുണ്ടോ ?

ഭൗമോപരിതലത്തിലൂടെ ഒഴുകുന്ന ജലസഞ്ചയത്തിന് മൊത്തത്തിലുള്ള സംജ്ഞയാണ് അപവാഹം. മഴപെയ്ത് വീഴുന്ന ജലത്തിലെ ബാഷ്പീകരണത്തിനും അടിഞ്ഞുതാഴലിനും ശേഷമുള്ള ഭാഗമാണ് ഉപരിതലത്തിലൂടെ പ്രവഹിക്കുന്നത്. സ്വയം സൃഷ്ടിച്ച ചാലുകളിലൂടെ ഒഴുകിനീങ്ങുന്ന ഉപരിതല ജലധാരകളുടെ വികസിതവും പരിണതവുമായ പാറ്റേൺ ആണ് നദീവ്യൂഹം. ഒരു നദിയും അതിന്റെ ഉപനദികളും അവയിലേക്ക് ഒഴുകിവീഴുന്ന തോടുകളും നീർച്ചാലുകളുമൊക്കെ ചേർന്ന പ്രത്യേക ജലനിർഗമനവ്യവസ്ഥയാണ് അപവാഹക്രമം. സമീപവർത്തികളായ രണ്ട് നദീതാഴ്‌വരകൾക്കിടയ്ക്കുള്ള ഉയർന്ന ഭൂഭാഗത്തെ ദ്വിനദീമധ്യം (inter fluve) എന്നു വിളിക്കുന്നു. വ്യത്യസ്ത അപവാഹക്രമങ്ങൾക്ക് രൂപംനല്കത്തക്കവിധം അവയ്ക്ക് ഇടയ്ക്കായി സ്ഥിതിചെയ്യുന്ന ഉന്നത പ്രദേശത്തെയാണ് ജലവിഭാജകം എന്നു വിശേഷിപ്പിക്കുന്നത്. ഒരു നദിയുടെ നീളം, അതിലെ ജലപ്രവാഹത്തിന്റെ പരിമാണം, തടവിസ്തൃതി എന്നിവയിലോരോന്നും പ്രസ്തുത നദീവ്യൂഹത്തിന്റെ വലിപ്പം വർധിപ്പിക്കുന്നതിൽ നിർണായകമായ പങ്കുവഹിക്കുന്നു. ഇവ ഓരോന്നും സ്വതന്ത്ര പ്രാചല(independent param-

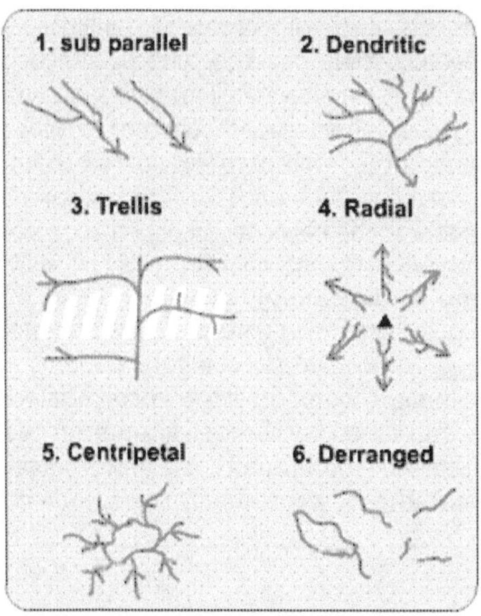

eter)ങ്ങളാണ്. പ്രവഹിക്കുന്ന ജലത്തിന്റെ വാർഷികത്തോത് കണക്കാക്കുന്നതിനുള്ള പ്രാമാണിക സൂചകം (standard index) ആയി അംഗീകരിക്കപ്പെട്ടിരിക്കുന്നത് നദീപഥത്തിലെ പ്രത്യേക സ്ഥാനങ്ങളിലൂടെ ഒരു സെക്കൻഡിൽ നിർഗമിക്കുന്ന ജലത്തിന്റെ വ്യാപ്തമാണ്. ഈ ജല വ്യാപ്തം അളക്കുന്നതിനുള്ള ഏകകം ഘ. മീ. /സെക്കൻഡ് ആണ്. നദീതടത്തിലെ ഏകകക്ഷേത്ര(1 ച. കി. മീ.)ത്തിൽ നിന്ന് ആവാഹിക്കപ്പെടുന്ന നീരൊഴുക്കിന്റെ ശരാശരി അളവിനെ പ്രവാഹ ഏകകം (unit runoff) ആയി പരിഗണിക്കുന്നു.

ജലപ്രവാഹത്തിനും ഭൂരൂപത്തിനുമിടയ്ക്ക് അനുവർത്തകബന്ധം നിലനില്ക്കുന്നതായി സൂചിപ്പിച്ചത് പവ്വൽ (18341902) ആയിരുന്നു. 'അപരദനചക്ര'ത്തിന്റെ ഉപജ്ഞാതാവായ ഡേവിസ് അപവാഹക്രമങ്ങൾക്ക് ജനിതക (genetic)വും പ്രസ്പഷ്ടവുമായ വർഗീകരണം നല്കി.

ഒരു നദീതടത്തിലെ നീർച്ചാലുകളെ കൂട്ടായി പരിഗണിക്കുമ്പോൾ അപവാഹക്രമത്തിന്റെ നിയതമായ ഒരു രൂപരേഖ ലഭിക്കുന്നു. പ്രസ്തുത ഭൂഭാഗത്തിന്റെ ചരിവുമാനം, ശിലാഘടന, ശിലാസവിശേഷതകൾ, വലനം, ഭ്രംശം, പ്രോത്ഥാനം (upheaval), അവതലനം (subsidence) തുടങ്ങിയ പ്രക്രിയകൾ ആദിയായവയെ പ്രതിഫലിപ്പിക്കുന്ന മാതൃക(pattern)കളെയാണ് നദീവ്യൂഹപാറ്റേൺ എന്ന സംജ്ഞയിലൂടെ വിവക്ഷിക്കുന്നത്. ഏറ്റവും സാധാരണമായി കാണപ്പെടുന്നത് ഡെൻഡ്രിറ്റിക് (dendritic) പാറ്റേണുകളാണ്. ഇലകളിലെ സിരകളെപ്പോലെ പടർന്നുവ്യാപിച്ചിട്ടുള്ള നീർച്ചാലുകൾ പ്രധാന നദിയുമായി ന്യൂനകോണദിശകളിൽ ഒഴുകിച്ചേരുന്ന പാറ്റേണുകളാണ് ഇവ. വിരൂപണപ്രക്രിയകൾ ബാധിക്കാതെ, ഏകതാനമായ ശിലാസ്തരങ്ങളിലൂടെ ഒഴുകിയെത്തുന്ന നീർച്ചാലുകളുടെ വ്യൂഹങ്ങളാണ് ഡെൻഡ്രിറ്റിക് പാറ്റേണുകൾ സൃഷ്ടിക്കുന്നത്. കാറ്റ്, ഹിമാനി എന്നിവ മൂലമുള്ള നിക്ഷേപണത്തിന്റെ ഫലമായി തലങ്ങും വിലങ്ങുമായി രൂപംകൊള്ളുന്ന ഉന്നത തടങ്ങൾക്കിടയിലൂടെയോ ഭ്രംശരേഖകളിലൂടെയോ ഒഴുകുന്ന നദികൾ പരസ്പരം സംയോജിച്ച് നദീവ്യൂഹമായി മാറുമ്പോൾ പ്രസ്തുത വ്യൂഹത്തിന് ജാലയുക്ത പാറ്റേൺ (Trellis pattern) കൈവരുന്നു. ഈദൃശ വ്യൂഹത്തിലെ നീർച്ചാലുകൾ പരസ്പരം സമാന്തരമായി ഒഴുകിയും ലംബികമായി ഖണ്ഡിച്ചും ഏതാണ്ട് കമ്പിവലപോലെയുള്ള അപവാഹമാതൃക സൃഷ്ടിച്ചിട്ടുണ്ടാകും; പ്രധാന നദിയുടെ പഥത്തിൽ ലംബികമായ വ്യതിയാനമുണ്ടായി കാണുന്നതും അസാധാരണമല്ല. ഭ്രംശരേഖകൾ, ശിലാസന്ധികൾ തുടങ്ങിയവയെ അവലംബിച്ചൊഴുകുന്ന നീർച്ചാലുകൾ സംയോജിച്ച് ദീർഘചതുരാകൃതിയിലുള്ള പാറ്റേണിന് (Rectangular pattern) രൂപം നല്കാം. കുംഭകാകാരത്തിലുള്ള ഉന്നതതടങ്ങളിൽനിന്നു പ്രഭവിക്കുന്ന നദികൾ നാനാദിശകളിലേക്കായി പിരിഞ്ഞൊഴുകുന്നതു സാധാരണമാണ് (ആരീയ അപവാഹം radial pattern). നിമ്നതടങ്ങളിലേക്ക് ഒഴുകിക്കൂടുന്ന അഭികേന്ദ്രക (cetnrifugal) അപവാഹം മറ്റൊരു മാതൃക

യാണ്. ഈ രണ്ടു ക്രമങ്ങളിലും നദികൾ പരസ്പരം സംയോജിച്ച് വ്യൂഹങ്ങൾ സൃഷ്ടിച്ചുകൊള്ളണമെന്നില്ല.

നദീവ്യൂഹത്തിന്റെ പാറ്റേണിനോടൊപ്പം അപവാഹത്തിന്റെ വിന്യാസക്രമം (texture), സാന്ദ്രത (denstiy), ആവൃത്തി (frequency) എന്നിവയെക്കൂടി വിശ്ലേഷണവിധേയമാക്കുമ്പോൾ പ്രസ്തുത മേഖലയിലെ നീർച്ചാലുകളുടെ ബാഹുല്യം, ദൈർഘ്യമാനം, ആപേക്ഷിക ഇടയകലം തുടങ്ങിയവ നിർണയിക്കാനാവും.

പുനർയുവത്വം പ്രാപിക്കൽ/നദികൾക്ക് ഒരു റിജുവനേഷൻ കാലമുണ്ടോ ?

ആർദ്രമേഖല (humid region)യിലുള്ള നദികൾ, നദീതാഴ്‌വരകൾ, അനുബന്ധസംരചനകൾ എന്നിവയെ ഉൾക്കൊള്ളുന്ന ഏത് അപവാഹവ്യവസ്ഥയും സാധാരണഗതിയിൽ യുവാവസ്ഥ, പ്രൗഢാവസ്ഥ, വൃദ്ധാവസ്ഥ എന്നിങ്ങനെ മൂന്നുഘട്ടങ്ങളെ തരണം ചെയ്ത് വികാസത്തിന്റെ പരിസമാപ്തി പ്രാപിക്കേണ്ടതുണ്ട്. ഈ മൂന്ന് ഘട്ടങ്ങളും നിർബാധമായി തരണം ചെയ്യുമ്പോഴാണ് നദി 'അപരദനചക്രം' പൂർത്തിയാക്കുന്നത്. അപരദനചക്രത്തിന്റെ തടസ്സം കൂടാതെയുള്ള പരിസമാപ്തിക്ക് വിവർത്തനിക പ്രക്രിയ (tectonic activity)കളുടെ പൂർണമായ അഭാവം അത്യന്താപേക്ഷിതമാണ്. എന്നാൽ ഇത് പ്രായേണ സംഭവ്യമല്ല. ഒരു അപരദനചക്രം പൂർത്തിയാവുന്നതിന് സാധാരണഗതിയിൽ നന്നേ നീണ്ട കാലയളവ് ആവശ്യമാണ്. ഈ കാലത്തിനിടയിൽ പ്രസ്തുത മേഖല പ്രോത്ഥാനം (upheaval), സംവലനം (warping) തുടങ്ങി അഗ്നിപർവത സ്ഫോടനം വരെയുള്ള വിവർത്തനിക (tectonic) പ്രക്രിയകൾക്ക് വിധേയമായേക്കാം. ഇതിന്റെ ഫലമായി പ്രൗഢാവസ്ഥയിലോ വൃദ്ധാവസ്ഥയിലോ എത്തിക്കഴിഞ്ഞ നദിക്കുപോലും ചാലുകളുടെ പുനഃസൃഷ്ടിയിൽ ഏർപ്പെടേണ്ടിവരും. ഉദാഹരണത്തിന് പ്രൗഢാവസ്ഥയിലെത്തിക്കഴിഞ്ഞ ഒരു നദിയുടെ തടം അപ്പാടെ പ്രോത്ഥാനവിധേയമാകുന്നുവെന്നിരിക്കട്ടെ. പ്രസ്തുത മേഖലയുടെ പ്രതലപ്രകൃതിയിൽ സമൂലമായ മാറ്റമുണ്ടാകുന്നു. ഒപ്പംതന്നെ പുതിയ നിമ്നോന്നതി സിദ്ധിക്കുകയും ചെയ്യും. ഇതോടെ അപവാഹവ്യവസ്ഥ താറുമാറാവുന്നു. പ്രതലപ്രകൃതിയിൽ മാറ്റമുണ്ടാകുന്നതോടെ ജലധാരകളുടെ അപരദന പ്രവർത്തനം തീവ്രമാവുകയും ചാലുകളുടെ ആഴംകൂട്ടുന്ന പ്രക്രിയ സജീവമാവുകയും ചെയ്യുന്നു. ഉച്ചാവചത്തിലെ വ്യതിയാനംമൂലം നിലവിലുള്ള ചാലുകളുടെ വലിവുബലം വർധിക്കുന്നത് അവയിലെ ജലപ്രവാഹത്തിന്റെ വഹനക്ഷമത ഇരട്ടിപ്പിക്കും. ചുരുക്കത്തിൽ നദീവ്യൂഹത്തിന് വീണ്ടും യുവത്വം/യൗവനാവസ്ഥ കൈവരുന്നു. ഈ ദൃശ്യപ്രതിഭാസത്തിന് പുനർയുവത്വം പ്രാപിക്കൽ എന്നു പറയുന്നു. ഇതിനു വിധേയമായി യൗവനാവസ്ഥയിലേക്കു മടങ്ങുന്ന നദികൾ അപരദന ചക്രത്തിന്റെ തുടർന്നുള്ള ഘട്ടങ്ങൾ പൂർത്തിയാക്കുന്ന പ്രക്രമങ്ങളിൽ ഏർപ്പെടുന്നു.

സുനാമികൾ ഉണ്ടാവുന്നതെങ്ങിനെ, എന്ത് കൊണ്ട് ?

കടലിലെയും മറ്റും ജലത്തിന് വൻതോതിൽ സ്ഥാനചലനം സംഭവിക്കുമ്പോൾ ഉടലെടുക്കുന്ന ഭീമാകാരമായ തിരകളെയാണ് സുനാമി എന്നു വിളിയ്ക്കുന്നത്. ഭൂമികുലുക്കം, വൻതോതിലുള്ള സമുദ്രാന്തർ ചലനങ്ങൾ, അഗ്നിപർവ്വതസ്ഫോടനം, ഉൽക്കാപതനം, മറ്റു സമുദ്രാന്തരസ്ഫോടനങ്ങൾ തുടങ്ങിയവ ഒരു സുനാമി സൃഷ്ടിക്കാൻ കഴിവുള്ള കാരണങ്ങളാണ്. സുനാമികൾ തിരിച്ചറിയപ്പെടാത്തത്ര ചെറുതും, അങ്ങേയറ്റം നാശനഷ്ടങ്ങൾ ഉണ്ടാക്കാവുന്നത്ര വലുതും ആകാം. ഗ്രീക്ക് ചരിത്രകാരനായ തുസിഡൈഡ്ഡാണ് ആദ്യമായി സുനാമിയെ സമുദ്രാന്തർ ഭൂകമ്പങ്ങളുമായി ബന്ധപ്പെടുത്തിയത്. ഇരുപതാം നൂറ്റാണ്ടുവരെ സുനാമിയെപ്പറ്റി വളരെ ചെറിയതോതിൽ മാത്രമേ അറിവുണ്ടായിരുന്നുള്ളൂ.

സുനാമി എന്ന വാക്ക് ജപ്പാൻ ഭാഷയിൽ നിന്നും ഉടലെടുത്തതാണ്. ജപ്പാൻ ഭാഷയിലെ 'സു' എന്നും (തുറമുഖം) 'നാമി' എന്നും (തിര) രണ്ടു വാക്കുകൾ കൂടിച്ചേർന്നതാണു് സുനാമി. ഏകദേശം 195 ഓളം സുനാമികൾ ജപ്പാനിൽ രേഖപ്പെടുത്തപ്പെട്ടിട്ടുണ്ട്.

ഉൾക്കടലിൽ ഒരു സുനാമിയുടെ തരംഗദൈർഘ്യം നൂറുകണക്കിനു കിലോമീറ്ററുകൾ വരും, ഉയരം തുലോം തുച്ഛവുമായിരിക്കും. അതിനാൽ തന്നെ ഒരു സുനാമി കടന്നുപോകുന്നത് ഉൾക്കടലിൽ തിരിച്ചറിയാനാവുകയില്ല. ചെറിയൊരു ഉയർച്ചയും താഴ്ചയും കടന്നുപോയതായി മാത്രമേ മനസ്സിലാക്കാൻ സാധിക്കൂ. എന്നാൽ കരയോടടുക്കുന്തോറും തരംഗദൈർഘ്യം, വേഗത എന്നിവ കുറയുകയും ഉയരം അനേകം മടങ്ങ് കൂടുകയും ചെയ്യുന്നു.